கல்வெட்டுச் சோழன்

T. கண்ணன்

The views and opinions expressed in this book are the author's own. The facts contained herein were reported to be true as on the date of publication by the author to the publishers of the book, and the publishers are not in any way liable for their accuracy or veracity.

கல்வெட்டுச் சோழன் * சிறுகதைகள் * © - T. கண்ணன் * முதல் பதிப்பு: ஜனவரி 2020

Kalvettu Chozhan * Short Stories * ©- T.Kannan * First Edition: Jan, 2020 *

Pages : 136

Price: 160

ISBN : 9789388133647

Cover design: Gopu Rasuvel

Book design: Prakash Rajagopalan

Released by :

Yaavarum Publishers
214, Bhuvaneshwari Nagar, IIIrd Main Road,
Velachery, Chennai-600 042
90424 61472 / 98416 43380
editor@yaavarum.com
Url : www.yaavarum.com; www.be4books.com

All rights, including professional, amateur, motion pictures, recitation, public reading, broadcasting and the rights of translation into foreign languages are strictly reserved. No part of this book may be reproduced in whole or in part or utilized in any form or by any means electronic or mechanical, including photocopying, recording or by any information storage and retrieval system now known or hereafter invented, without the prior written permission of the author/publisher.

சமர்ப்பணம்

நினைவின் ஊஞ்சலில்
அலுக்காமல் சதா ஆடிக்கொண்டிருக்கும்
மயிலை மிதிலா அச்சகத்திற்கு...

நன்றி

சதுரம், கல்குதிரை, மையம், நவீன விருட்சம்,
வித்யாசம், சிதைவு, காலம், பவளக்கொடி
இதழ்களுக்கு...

உள்ளே

1.	கல்வெட்டுச் சோழன்	09
2.	காகித வேதாளம்	19
3.	அப்பா, கனவு மற்றும் ஒரு கதை	47
4.	உத்திரகிரியை	54
5.	நொண்டிக்காளியும் வெள்ளிச் சூலமும்	66
6.	சதுரம் வெளி: எதிர் உருவம்	79
7.	நீலமுகமூடி	89
8.	ஆறாம் நாள்	100
9.	அன்னார்	110

கல்வெட்டுச் சோழன்

வழக்கம்போலத் தாமதமாக வந்து சேர்ந்தார் அமைச்சர். சோர்ந்திருந்த மேசைத் தேக்கு விழிக்கவும், நாற்காலிகளில் அமர்ந்தனர் அதிகாரிகள்.

"சிலைக்குக் கண்ணகியும், நூலுக்கு வள்ளுவமும் போல அரசருக்கு ராசராஜன் என்று நாம் காட்ட வேண்டிய கட்டாயத்தில் இருக்கிறோம். ராசராஜன் பற்றிய முழுத்தகவல்களையும் திரட்டித்தர வேண்டும். நேற்றைய தினம் சூளை - அனைத்து மகளிர் காவல் நிலைய திறப்பு விழாவில் இது பற்றி முதலமைச்சரும் அறிவித்து விட்டார். ஆகவே பொறுப்பினை உங்களிடம் ஒப்படைக்கிறேன்"

"தேவையான பணத்தைப் பெற்றுக்கொள்ளுங்கள். இரண்டு கோடியைத் தாண்ட வேண்டாம். ஒதுக்கப் பட்டிருப்பது ஐந்துதான். கால அவகாசம் ஆறு மாதம் என்பதையும் மறந்து விடாதீர்கள்".

பதினெட்டாம் நூற்றாண்டைச் சேர்ந்த அந்தத் தேக்கு மீண்டும் சந்தித்தது மனிதர்களை.

தலைமை அதிகாரி சம்பந்தம் பேசத் தொடங்கினார்

"பேரா. ரா. ராமலிங்கம் அவர்களே, நமது பணி சரியான பாதையில் சென்று கொண்டிருக்கிறதா".

"ஐயா, பழையாறை நகரத்து வற்றிய குளத்தின் படிக்கட்டுகள் ராசராஜனைப் பற்றிய புத்தகத் தகவல்களை நிராகரித்து விட்டன. அந்தக் குளத்தின்

அடியில் வசந்த மண்டபம் ஒன்றும், வாதாமர நிழலில் சிறு சுனைக்கான பள்ளமும் முளைத்திருக்கின்றன. சுனைக்கு அடியில் படிக்கட்டுகள் ஓடுவதற்கான சப்தங்கள் கடப்பாரையில் ஒலிக்கின்றன. பழையாறைக் குளத்துப் படிக்கட்டுத் தகவல்களை ஆலக்குடிப் பாழ்கிணற்றில் ஒளிந்திருந்த கல்வெட்டுக் கூட்டம் மறுப்பதோடு, புத்தகத் தகவல்களையும் அவை மறுக்கின்றன.

மேலும் பதினாறு ஆலயங்களுக்கான குறிப்புகள், நாகை புத்த விஹாரத்தின் (oldold) சிதலங்கள், தேவார நடையில் அமைந்திருக்கும் முன்னூறு பாடல்களுக்கான ஒலிகள். வழிபடு பொருள் இந்திரன், தக்கலைப் போர் யானையை அறிந்திருக்க வில்லையாம், அந்தணர் உதவியோடு கரிகால ஆதித்தன் கொல்லப்பட்டதாய் புஞ்சைக் கோயில் பூத கணங்களின் முதுகில் வரிகள் தென்படுகின்றன. வேல் தாங்கிய சிறு கூட்டத் தலைவனாம் வந்தியத் தேவன். வட நாட்டான் அங்கணான் 500 யானைகளில் 350 கல்வெட்டுக்களைத் தூக்கிப் போனதை விவரிக்கும் தாராசுரம் மடப்பள்ளிச் சுவர்கள்.

"முழையூரிலிருந்து பம்பப்படையூர் போகும் வழியில் சிங்கப்பெருமாள் ராசன் ஆற்றுக்குத் தெற்கில் அமைந்த மண் மேட்டில் தொல்லியல் எச்சங்கள் கள ஆய்வில் கண்டுபிடிக்கப்பட்டன. பல்லவன் ராயப்பேட்டை கல்வெட்டில் சொல்லப்படுகின்றன. சோழ கன்னிமாடக் கூட்டங்கள் இருந்த இடம் இதுவாக இருக்கலாம்."

'கங்கை கொண்ட அநபாயன், பாட்டன் மேல் பெரும்பக்தி கொண்டவனாம். கலிங்கத்துப்பரணியின் இரண்டாம் பாகம் ரெமி பவுடர் விளம்பர அட்டை முகப்போடு தோகை மலை நாகர்களிடம் கிடைத்தது. பெரும் பஞ்சமேற்பட அபயன் (குலோத்துங்கன் III)' பாண்டிய மன்னனிடம் நெல் யாசித்துப் பெற்றதை போற்றும் கல்வெட்டு தரங்கம்பாடி விண்ணகரத்தில் ஒளிந்திருந்தது வௌவால்கள் உதவியால் மீட்கப்பட்டது. குந்தவை கொண்ட விமலாதித்த மன்னனின் மாறுகண் ஓவியம் சீயாழி சிவாலயத்தில் கிடைத்தது.

வீரபோக வாணதராயன் மேடு தொல்லியல் ஆய்வில் 7 நெற்களஞ் சியங்கள் (நெல்லோடு), ஒரு நதி, 63 கல்விளக்குகள் (நாவுக்கரசு விளக்கைக் காணோம்) 81 சமண மம்மிகள், ஒரு யாளித்தூண், 3 நந்திகள்... அனைத்தும் புதியன. கரிகால் வளவன் வழுக்கைத் தலையன் என்றும், கண் நோய் கண்டவன் என்றும் செப்பும் கல்வெட்டு ஒன்று பழையாறைக் குளத்தில் 1 கிலோ மீட்டர் ஆழத்தில் இருப்பதாக வதந்தியைப் பழையாறை ஈரங்கொல்லிகள்

பரப்பிக் கொண்டிருக்கிறார்கள், மணிப்பிரவாள எழுத்துக்கள் காணக்கிடைக்கும் ஈமப் பாண்டங்கள், அழகன் குளத்தில் உரோமானிய நாணயங்கள், திருப்பாதிரிப்புலியூரில் கிட்டங்கிக்கல் பனிரெண்டு. ஈமத்தாழிகள் ஐந்து... கிடைத்த ஐம்பொன் சிலைகள்... முதலமைச்சரின் பார்வைக்கு எடுத்துச் செல்லப்பட்டு இருக்கிறது".

"சற்று நிறுத்துங்கள். எல்லாம் சரி, உண்மை எது ?"

"ஐயா, அது அடுக்குகளில் மறைந்திருக்கிறது தஞ்சைக் கோயில் எந்தப் புதிய தகவல்களையும் அளிக்காதது பெறும் ஆறுதல். புறக்கணிக்கப்பட்ட ஸ்தலங்களே அதிகமாக நடப்பு உண்மைகளை சிதைக்கின்றன."

"ஆக, விஞ்ஞானத்தின் உதவியோடுதான் நாம் ராசராஜனை அடையவேண்டும் போல".

"ஐயா, மிகவும் ஆபத்தானதாயிற்றே, மேலும் செலவும் அதிகம்".

"செலவு அதிகமே, இதைவிட பணத்தைச் செலவழிக்க வேறு சந்தர்ப்பம் அமையாது, சரி கலிபோர்னியத் தங்கத்தை பிடியுங்கள்"

தலையாலங்கான வெற்றியைக் குறிக்க நெடுஞ்செழியனால் நடப்பட்டு, சர். தாமஸ் பிரபுவால் மேசையாக்கப்பட்ட அந்தத் தேக்கு சிரித்தது. அதிகாரி தொடர்ந்தார்.

"தவறான பிரயோகத்தால் கீழைத் தேயத்தில் பெருகிக் கொண்டிருக்கும் பைத்தியக்கார விடுதிகளை மறக்கவேண்டும். சப்பானியச் சிறைகளில் பனிரெண்டாம் நூற்றாண்டு போட்டி அரசாங்கங்கள் பெருகிக் கொண்டிருக்கின்றன".

"ஐயா, பழையாறை வேலைகள் ?"

"அவையும் தொடரட்டும், புறப்பட்டாலும் பூதம் தானே, 12 பேர் இன்றே தஞ்சை செல்லுங்கள்".

பேருந்து நிலையம் மறையத் தோன்றிய குளத்தின் கரையில் எழுந்தனர் குழுவினர். இருபதாம் நூற்றாண்டில் முற்றிலும் தொலைந்து போன (லா-மிலா-பேக்கஸி) வால்நாரை மரக்கூட்டம் சூரியனை மறைத்துக்கொண்டு இருந்தது. அம்மூவர்ண மரங்களுக்கடியில் பன்றிகள் வலம் வந்து கொண்டிருந்தன. தங்கள் உருவத்தின் தோற்றம் சற்றே மாறியிருப்பது கண்டு பதட்டம் அடைந்தனர் குழுவினர்.

பேரா. ரா. ரா. விளக்கினார்.

“மரபணுக்களின் பின்னோக்கிய பயணத்தில் நமது உருவம் மாறும். கருநிறமும், நீட மூக்கும் திராவிடர்களாகிய நமக்கு 19ம் நூற்றாண்டின் சொத்துக்கள், மேலும் பயணிக்க, சுருங்கிய நாக்கும், வளைந்த முதுகும், நீண்ட கைகளும் அதிக வியர்வையும் நம்மைத் தொடரப்போகின்றன. குளிகைகள் நமது அறிவை மட்டுமே இருபதாம் நூற்றாண்டுடையதாய் வைத்திருக்கும். ஆகவே பதற வேண்டாம். கல்வெட்டுக்களின் ஞாபகத்தோடு பார்த்தால் பேய்க் கனவுகளின் உற்பத்தி ஸ்தானம் இந்தக் குளம். நாம் நகரலாம்”.

குளிகை, இரவொன்றின் நதியில் அவர்களை எழுப்பியது. நதியிலிருந்து எழுந்தவர்கள் தங்களுள் இருவர் தொலைந்திருக்கக் கண்டனர்.

“பதற வேண்டாம். நாளை அல்லது மறுதினம் நம்மை வந்தடையலாம். கணக்குப்படி அவர்தம் நூற்றாண்டு ஆயுள் நதியில் முடிந்திருக்கலாம்”.

“மூதாதையர்களைத் தேடிச்செல்லப் போவதான திட்டம் அவர்களுக்கிருந்தது. நேற்று நாம் படுத்திருந்த குதிரை லாயத்தில், எழுந்தபோது இரண்டு குதிரைகள் குறைந்திருந்தன”.

“முடிந்துவிட்ட காலத்தினூடே, விஞ்ஞானத்தின் உதவியால்தான் பயணப்பட முடியுமே தவிர காலம் உறைந்துவிட்டதாய் யாரும் எண்ண வேண்டாம். நாம் உட்கொள்ளும் விஞ்ஞானத்தின் செயல்பாடுகள் நமது மூளையுள் ஆழப் பதிக்கப்பட்டிருக்கிறதே. குளிகைகளின் ரசாயனம், வேறு ஒரு காலத்தின் ஒரு நாளைத்தான் நமக்கு அளிக்கும். அத்தினமே மீண்டும் மீண்டும் விடியும். ஆனால் இங்கல்ல, பைத்தியக்கார விடுதியில். நமது நண்பர்கள் அங்குதான் இருப்பார்கள். மேலும் மூதாதையர்களே நாம்தானே”.

தன் இருபதாம் நூற்றாண்டின் பெயரை மட்டும் இழந்து, செயலில் சற்றும் வீர்யம் குறையாத நோய் (காலரா) ஒன்று குழுவினரின் பாதையில் தோன்றியது. காலியான நீண்ட தெருக்களும், பறவைகள் அற்ற வானமும் வேறு காலத்தில் பிரதிநிதிகளாய் வரவேற்றன. வானில் தங்கிய நோய் வளையம் பெரும் கட்டிடங்களைப் பெயர்த்துத் தள்ளியது. நதியில் தொலைந்த இருவர் சிதிலங்களூடே தோன்றினர்.

குழுவினர் இடிபாடுகளிலிருந்து மனிதர் இருவரை மீட்டனர்.

“ஐயா, 14 ம் நூற்றாண்டில் நதியில் மறைந்தவர் நாங்களே. நமது பயணத்தையும் தடை செய்ய வல்ல கிருமி ஒன்று ஆறு

வாரங்களுக்கு முன்னே முளைத்தது. வைத்தியரைத்தான் முதலில் தாக்கி அழித்தது. 800 வருடங்களாக இவ்வூரிலேயே வாழ்ந்திருந்த 83 குடும்பங்களை அது தின்று தீர்த்து விட்டது. சோழமண்டலம் முழுதும் பரவப்போவதற்கான சாத்தியப்பாடுகளோடு அது வான மண்டலத்தைச் சூழ்ந்து கொண்டிருந்தது. இடிந்து விழுந்த கல் ஒன்றைப் புரட்டி காலரா செய்திகளைப் பதிவு செய்யும் முயற்சியில் மரபணுவின் ஆயுளொன்று முடிந்தது".

ஆரவாரமற்ற நகரமொன்றிற்கு அவர்கள் வந்து சேர்ந்தனர். உளிச்சப்தம் வான மண்டலத்தை ஆக்கிரமித்துக் கொண்டிருந்தது. தேவாரப் பண்களை இசைக்கும்படி, ராஜாங்க வீரர்கள் குயில்களைக் கட்டாயப்படுத்திக் கொண்டிருந்தார்கள். ஒலித்த குயிலின் குரலில் வறண்ட மனிதத் தொண்டை மாந்தர் தம் புருவ இடைவெளி சுருங்கி நெற்றி மதச்சின்னம் மறைய, புதிய இடத்தில் அமர்ந்திருந்தது பௌத்த ரத்தத்தின் சாம்பல். ஆநிரைகள் தாம் அடைந்து விட்ட இயற்கைச் சாவினை அசைபோட்டபடி நடந்து கொண்டிருக்க, மேல்நோக்கிய பயணத்தின் கடைசிக்குளிகையை விழுங்கினர்.

போரின் புழுதி நாகைக் கடல் நோக்கிச் சென்றது. மற்றொரு போரினைத் தடைசெய்ய நிமிர்ந்த கோபுரக் கூட்டங்கள். எழுப்பிய நெல் வாடையின் பெரும் பகுதியை பறித்துக்கொண்ட கோயில் விளக்குகள். சத்திரம் நாடி இரவு கழிக்க குழுவினர் விரைய, சேர ஒற்றர் பதினோரு பேர்களை சோழ வீரர் கைது செய்து அரண்மனை போகும் வழியிலே இரவு முடிந்தது.

அரண்மனை சபையில் செயற்கைப் புகையினை குழுவினர் தெளிக்க, விழித்தது ஞாபகம். புகை விலகவும், அரியணையில் அரசர் அமர்ந்திருந்த காட்சி எழுந்தது.

நீரோடையின் குளிர்ச்சியைத் தேக்கி வைத்திருந்தது அத்தாணி மண்டபம். சாம்பிராணியில் மறைந்து கிடந்தது முகமதிய விருட்சம். பகலை இரவாக்கும் பெருவிளக்கு. சைவத்தின் பொற்கால பிம்பம் தெறிக்கும் கூரை. தூரத்தே ஒலித்து மறையும் தேவாரக் குயிலிசை. அமர்ந்து இருந்தான் அரசன்.

காவலாளி நுழைந்தான். காளிங்கராயரைக் கண்டதும் மன்னன் எழுந்தான். எழுந்தமரும் சபை. ஓவியங்களைப் பழிக்கும் கண்களில் புலி. தோளில் இறங்கிய பெருவாள்கள் இரண்டு. உறையில் கிடந்த கை. வினு வரைந்த கிரீடத்தைக் காணோம். 'காளிங்கராயரே, யார் இவர்கள்? அரிஞ்சயன் எங்கே, சேரமாலை கிடைத்து விட்டதா'. மன்னன் குரல் எழுந்தது.

காவலாளி பேசினார் ‘மன்னா, அரிஞ்சயனைத் தேடித்போன சத்திரத்தில் இவர்களைக் கண்டோம். கீர்த்தியின் வாடையோடு மட்டுமே உலவும் உமது திருநாமத்தை வெறுமனே உச்சரித்த இவர்களை அங்கேயே கொன்று இருப்போம். ஆனால் காளிங்கராயர் தடுத்துவிட்டார்’.

“காளிங்கராயரே என்ன இது? எங்கே மாலை.?”

“மன்னா, நான் காளிங்கராயன் அல்லன். நாங்கள் வேற்றுக்கால மனிதர்கள். தங்களுடைய கீர்த்தியின் வாடையைப் பருகவே யாம் வந்தோம். உங்கள் புகழின் சுகந்தத்தின் அந்திமக்கால வாசிகள் நாங்கள். எங்கள் காலத்தில் பரவியபடி இருக்கும் விசித்திர துர்நாற்றத்தால் செல்லரித்துப் போய்விடக்கூடிய அபாயத்தில் சிக்கிக் கொண்டுவிட்ட உமது கீர்த்தியைப் பாதுகாத்து காலப்புட்டியில் அடைக்கும் பணியில் ஈடுபட்டுள்ள சரித்திர ஆராய்ச்சியாளர்கள் நாங்கள். சரித்திரத்தின் பொய்ச் சலுகைகள் உமது கீர்த்தியின் மீது ஏற்றப்பட்டு, உமது நிழல்கள் பெருகிவிட்டன. நிழல்களால் தொலைந்து போய்விடக்கூடிய அபாயத்தில் உமது நிஜம் சிக்கியிருக்கிறது. உமது நிஜத்தை கல்வெட்டுகளில் தேடி அலைந்தோய்ந்த நாங்கள்.

... விஞ்ஞான வழியில் எமது மரபணுவை உமது காலத்திற்கு, பின்னே நகர்த்தி அதன் ஞாபகத்தை உசுப்பி விரியும் உலகினை பதிவு செய்ய... புறப்பட்டோம். உமது வீரர்களால் கைது செய்யப்பட்டோம்.” மன்னன் விழித்தான்.

பிரத்தியேக மொழிபெயர்ப்பாளர் திருத்தி மன்னனுக்கு செய்தி அளித்தார்.

கீர்த்தியென்ற சொல்லின் வீர்யத்தில் மற்ற சொற்கள் மன்னனின் காதில் நுழைய முடியாமல் தடுமாறின.

“ஆகட்டும் அமைச்சரே, ஆவன செய்யும்.”

கல்வெட்டுக்களால் நிரம்பிய களஞ்சியமொன்றில் உளியின் சப்தத்தின் பின்னணியில் மின்னல்கள் தோன்றி மறைந்தன. ஒருநாளுக்கான பரிபூரண உழைப்பை குழுவினர் அறிந்தனர். அதை அளித்த பத்தாம் நூற்றாண்டிற்கு நன்றி செலுத்தினார்கள்.

மின்னலின் துணைகொண்டு ராஜராசனைப் பெட்டியில் அடைத்தார்கள். அந்தப்புர நாச்சியார்கள் அறிமுகப்படுத்தப் பட்டார்கள். வௌவால் வாடை எழ, புறப்பட வேண்டிய தருணத்தை குழுவினர் அறிந்து கொண்டனர்.

“மன்னா, நீவிர் செய்த உதவிக்கு சரித்திரம் கடமைப்பட்டிருக்கிறது.”

மன்னர் வினவினார்.

“இத்தகவல்கள் என்ன பயன்?”

“கூறிய அவதானிகளைத் தவிர வேறு யாரும் இதைச் சீண்டப் போவதில்லை. தமிழர் வாழ்வை, மொழியாலும் கலாச்சாரத்தாலும் இணைக்க உமது பிம்பம் எங்களது காலத்திற்குத் தேவையென்ற மாயை.”

“குழுவினரே, எனது கீர்த்தியின் வாடையைக் காலத்திற்கப்பாலும் பருக விழைகிறது மனம். விஞ்ஞானத்தின் துணைகொண்டு உங்கள் காலத்திற்கு அழைத்துச் செல்லலாமே”.

“மன்னரே, எதிரெதிர் திசைகளில் ஒரு நதி ஓடமுடியுமா? இருவேறு காலங்கள் ஒரேசமயத்தில் பயணிக்க முடியாததை நீர் அறிவீர். எமது மரணம் 21ம் நூற்றாண்டில். நீரோ பத்தாம் நூற்றாண்டில் மரணிக்க வேண்டியவர். எமது பயணத்தின் திரு வழியிலேயே உமது உரு மரணித்துவிடும்.”

“என்ன, என் மரணம் பத்தாம் நூற்றாண்டிலா? ரோகிணியின் ஆயுள் 100 என கூறும் ஆரூடங்கள் பொய்த்தது கிடையாதே?”

“என்ன ரோகிணியா? நீவிர் சதய நட்சத்திரமல்லவா?”

“சதயம் எனது தமையன் ஆதித்தனுடையது. அந்நட்சத்திரமே அவனைக் கொன்றது. வீரத்தையும், கீர்த்தியையும் வளர்த்து ஆயுளைச் சுருக்கும் சதயம். ஆயுளும் கீர்த்தியும் பரஸ்பரம் வளர விதிக்கப்பட்ட ராட்சச வருட ரோகிணி நான்.”

“ஒற்றர்கள் சூழ்ச்சியாக இருக்கும் மன்னா?” சாங்கவர் பதறினார்.

குழுவினர் குறித்துக்கொண்டனர்.

“குழுவினரே, அப்படியானால் இறந்தபின்னும் உயிரோடு இருக்கும் நான் யார்?”

“சரியாகச் சொன்னால், எமது பத்தாம் நூற்றாண்டின் நினைவுச் சுழியின் ஒரு பிம்பம் நீர். எம் ஞாபகத்தின் ஆயுள் முடிய நீரும் மறைந்துவிடுவீர்.”

வெளவால்கள் விதானங்களில் கூட்டமாய்ப் புறப்பட, குழுவினர் விடைபெற விழைந்தனர். கிளம்புமுன் குழுவினர் அனைவருக்கும் கணையாழிகளைப் பரிசாக அளித்தனர் ராஜராஜர்.

நதியில் மூழ்கிய குழு வேறு காலத்துள் எழுந்தது. குளிகையற்ற புதிய உலகில் உடலடைந்த மாறுதல் கருவறை வெளியேறிய சிசுவினது போல் இருந்தது. காலத்தின் ஸ்பரிசம் இட்டுச்சென்ற கற்பனா பிராந்தியங்கள் கனவைப்போல் மெல்ல அமிழ்ந்தது. தாங்கவொண்ணாத் துயரம் மனதின் பிரத்தியேக பாகங்களை மென்மையாய் உலுக்கியது. விரைத்தது உடல். கண்கள் பனித்தன. தூரத்தே காலம் மெல்ல இளித்தது. மேகக்குச்சியால் காது குடைந்த சிலிர்ப்பு. மேசை சிரித்தது. "வாருங்கள், பயணத்தின் களைப்பு அடங்கிவிட்டதா?"

"பெருங்கனவொன்றிலிருந்து எழுந்தது போல் அயர்ச்சி வேறொன்றுமில்லை."

தலைமை - அதிகாரி தகவல்களை நோட்டமிட்டார்.

"நல்லது, தகவல்கள் உமது உழைப்பைக் காட்டுகின்றன. ஆனால் கல்வெட்டுகள் தந்த தகவல்களை, உமது தகவல்கள் மறுக்கின்றன. போகட்டும், இன்று நாம் காணும் தகவல்களின் கல்வெட்டுகள் என்றேனும் வெளிவரலாம். உமது ஆயுளுக்குள் அவை கிடைத்தால், உமது ஆயுளுக்கான புகழை அடையலாம். வேறு ஏதேனும் செய்திகள்".

"எல்லாவற்றையும் சொல்லிவிட்டோம். எதனை மறந்தோம் என்பது நினைவில் இல்லை. ராஜராசருடன் நாங்கள் எடுத்துக்கொண்ட புகைப்படம் லேபில் இருக்கிறது. பத்து நிமிடத்திற்குள் தயாராகிவிடும். இவை ராஜராசர் எமக்களித்த கணையாழிகள்."

மோதிரத்தின் புராதன வாடையைப் பருக விழைந்து அதிகாரி முகர...

எழுந்தது நூற்றாண்டின் மின்சார வாடை மோதிரங்களை ஆராய்ந்தவர் திடுக்கிட்டார்.

"என்ன அனைத்து மோதிரங்களிலும் I.J முத்திரை காணப்படுகிறதே, இவை ராசராஜன் அளித்தது தானா?"

"ஆம், அவர் அளித்தது தான்"

"எமது நினைவு மங்கிக்கொண்டு இருக்கிறது. கேட்பதைச் சீக்கிரம் கேட்டுவிடுங்கள். யாம் எடுத்த புகைப்படம் வந்தால் உண்மை தெரியும்."

மணியடிப்பில் மேசையில் விழுந்தது புகைப்படம். அதிகாரி அதிர்ச்சியுற்றார்.

“யார் இது?”

“இவர் என்று சொல்லுங்கள். அவர் ராசராஜர்.”

“என்னய்யா இது, நமது கால உடையில் ராசராஜனா? மேலும் கையில் தெரியும் பச்சையைப் பார்த்தால் ஆளுங்கட்சித் தொண்டனைப் போலல்லவா இருக்கிறது. என்ன இது.”

“எனக்கும் குழப்பம்தான். ராசராஜன் என்னைக்கூட தனது தளபதி காளிங்கராயர் என்று நினைத்தே விளித்தார். நான் தளபதியாகும்போது, ராசராஜர் ஆளும் கட்சித் தொண்டனாய் நிற்பது விளங்கியும் விளங்காமலும் இருக்கிறது.”

குழுவினர் குழம்பினர். பிரத்யேக உதவியாளர் உள்ளே நுழைந்தார்.

“ஐயா, தங்களை காண சர். மோர்டிமியர் பேரடி காத்திருக்கிறார்.”

“சரி வரட்டும்.”

“ஆக, குழுவினரே சரித்திரத்திற்கும் உண்மைக்கும் இடையே உள்ள புனைவுதான் யாது? ஒப்புக்கொள்ளப்பட்ட தகவல்களின் தொகுப்பு என்றுதான் நாம் சரித்திரத்தை அழைக்க வேணும்”

பழையாறை அகழ்வாய்வில் ஈடுபட்டுள்ள அந்த வெளிநாட்டு அதிகாரி உள்ளே நுழைந்தார்.

“ஏதேனும் புதிய தகவல்கள் உண்டா?”

“மிகவும் சுவாரஸ்யமான கல்வெட்டுக்கள் இரண்டு கிடைத்திருக்கிறது. சபைக்கும் கோயிலுக்கும் வெளியே முதன்முதலாக ஒரு வியாதி பற்றிய கல்வெட்டு பழையாறை ராஜேந்திரன் திருச்சுற்றுப் பாழ்கிணற்றில் கிடைத்தது.

மற்றொன்று பட்டீஸ்வரத்திற்கு மேற்கே நந்தன் மேட்டில் கிடைத்தது படியுங்கள்.”

அதிகாரி படித்தார்.

“பிங்கள வருடம் மாதம் ஆணி பூரண சந்திரோதயம் தோன்றவுள்ள பகல் நாளொன்றில் அத்தாணி ராஜ்ய மண்டபத்தில், பிரபுக்கள் வாரா சபையிலே, இடம் வானமாதேவி பெருமாட்டியார் அமர்ந்திருக்க சாங்க முத்தரையர் முன்னிலையில் கொங்குமலி குழலியர்வேள், அரக்கமுக்கி, அருண்மொழி வர்ம, சிவபாத சேகர,

ஈழம் கொண்ட ராசராச சோழத்தேவன் இருபது நூற்றாண்டு சார்ந்த கால அவதானிகள் ஈரறுவரை சந்தித்த நிமித்தம் காகபுஷ்பம் பொன் கணையாழி ஆறு இரண்டு பரிசாகவும் அவர் தமக்கு அளித்தான்."

அறையில் விசித்திரக் கனைப்பொலி எழுந்தது.

அன்றிரவு குழுவினர் 12 பேரும் மனநிலை குன்றிய நிலையில் தஞ்சை மருத்துவக் கல்லூரி மனநோய்ப்பிரிவில் அடைக்கப்பட்டார்கள், பௌர்ணமி முளைத்த சிலநிமிடங்களில் குழுவினரில் பதினோரு பேர் கட்டிலை விட்டு இறங்கி, பொற்கால சோழ சாம்ராஜ்யத்திற்குள் முண்டியடித்தபடி நுழைந்து கொண்டிருந்தனர்.

பேரா. ரா. ரா. மட்டும் விண்ணை நோக்கி சப்பாணி கொட்டிய படிக்கு "ஒரு நதி இரு திசை" என்று உச்சாடனம் செய்து கொண்டிருந்தார்.

மையம்- 1997

காகித வேதாளம்

போர் நாட்கள் முப்பது என்று தீர்மானமாயிற்று. மத்திராலோசனை முடிந்தவுடன் நிமிடங்களோடு மண்டபத்தை விட்டு வெளியேறினான் மன்னன் விக்கிரமாதித்யன். மேகங்களூடே ஏற்பட்ட சிறு துளையின் வழியே பறந்து சென்ற சாதக பட்சி ஒன்று இருளை கிழித்துக்கொண்டு விசித்திர ஒலியொன்றை எழுப்பி மறைந்தது. மறையவும் எழுந்தது, அவன் விதியை தீர்மானித்த அந்தவாடை. தாழம்பூ என்ற சொல் அவன் மூளையுள் முளைத்தது. பிறகு அவன் மனம் பாம்பென்ற வார்த்தைக்கு தாவி, முடிவில் அந்தப்புரம் என்ற வார்த்தைக்கு வந்து சேரவும், சற்றே நிமிர்ந்த மன்னன் அந்தப்புர பெண்டிர் தொடர்ந்து 30 நாட்கள் சல்லாபமற்று போகப்போவதை எண்ணினான். யுத்த நாட்கள் முப்பதும் தொடர்ந்து மாதவிலக்கு நாட்களானால் நல்லதுதானே! பின்வரும் பத்து திங்களிலும் மாதவிலக்கு பிரச்சனையின்றி சல்லாபிக்கலாமே என யோசித்து அதையே காளியிடம் வரமாக யாசித்தான். மனமகிழ்ந்த காளியும் அவ்வரத்தை அளித்து அதற்குத்தானே முதல் பலியுமானாள். ஈசனும் முப்புரம் எரிக்க பயணமானான். மூன்றாம் பிறை நிலா உலாவும் அவ்வராபிய இரவில் அந்தப்புர அடிமைகளும் வரத்தால் நொந்தனர்.

*

ஆனாலும் யுத்தம் நட்பு-யுத்தமான படியாலே 26 நாட்களிலேயே முடிவடைந்தது. போரிலே மிஞ்சிய

வீரர்கள் வெற்றியை பெண்களற்று கொண்டாடும் வேதனையில் துடித்தனர். காமம் பொங்கிய வீரர் பலருக்கும் இரு கை மணியிலும் போர் விளைவித்த தீராப்புண்கள் மற்ற இன்பத்தையும் மறுக்கவே மன்னரும் மற்ற வீரர்களும் பெரிதும் துயரமடைந்தார்கள். ஆண் ஆண் உறவுக்குத் தயாரான அவ்வீரர்கள் 'முகமதியர் வருகைக்குப் பின்னே பாரதம் அவ்வித்தையை அறிந்தது' என்பதாக எழுதிய வரலாற்று ஆசிரியர்களால் வஞ்சிக்கப்பட்டார்கள்.

அகழ்வாராய்ச்சியாளர்களும் அவ்விதமே அபிப்பிராயப்பட்டது மேலும் துயரத்தை உண்டாக்கியது. மன்னரும் மிஞ்சிய வீரர்களும் விட்ட பெருமூச்சு விண்ணையும் முட்டவே பயந்த நிலா மகளும் முகிலிடை மறந்தாள் எனப் பொருள் தரும் வடமொழி ஸ்லோகத்தோடுதான் இக்கதை தொடங்குகிறது.

மனைவியும், சந்திர புரு மந்திர ஹாசனின் கனிஷ்ட குமாரியுமான பட்டத்தரசி பவளவல்லி நாச்சியாரின் மாதவிலக்கு காரணமாக அந்தப்புரத்தில் நுழையவும் தயங்கிய சாளுக்கிய மன்னன் விக்கிரமாதித்யன் ஜூனியர் (சீனியரும் அவன் தான் என்பார் ஒரு சாரார்) நாகர்களுடன் நடந்து முடிந்த நட்புப்போரினால் உஜ்ஜயினியின் பெரும் பகுதியையும் ஆட்கொண்ட இடு-சுடு-காட்டின் நடுப்பகுதியில் அமையப்பெற்ற கற்பக விருட்சத்தின் வேதாளத்தை தட்டி எழுப்பி கதை கேட்கலானான். அவ்வமயம் வீரர்களும் இறந்த ஆமைகளை நதியிலே வீசியெறிந்து கொண்டிருந்தார்கள் என்கிற அளவிலே சென்ற வாரம் கதையினை நகர்த்தி இருந்தோம்.

கடந்த ஒருவார காலத்தில் தன் வளர்ச்சியில் அதீத அக்கறை கொண்ட கதை எம்முடைய உதவியின்றி யாமறியாமல் வளர்ந்து யாம் அயர்ந்திருந்த வேளையில் தப்பித்து ஓடிவிட்டது. ஓடும்போதே அதனைத் தேடி அலையும் உற்சாகத்தின் பெரும் பகுதியையும் புதிய கதைக்கான சிருஷ்டித்திறனையும் திருடிக்கொண்டு போய்விட்ட காரணத்தால் வாசகர்களே உங்கள் மறதியை மூலதனமாகக் கொண்டு சொன்ன கதை ஒன்றையே மீண்டும் சொல்கிறோம். ஆனாலும் கதையை தேடிப்பிடித்து வர எம் உதவியாளர் குழு ஒன்று கிளம்பிவிட்டது என்பதை இந்த சமயத்தில் தெரிவித்துக்கொள்கிறோம்.

விக்கிரமாதித்யனின் வற்புறுத்தலால் வேதாளம் கதையினை சொல்லி முடித்தது. பிறகு அனந்த கோடி ஆண்டுகளாய் தொடர்ந்து வரும் நிபந்தனையோடு கேள்வியைக் கேட்டது. கேள்வியானது காதிலே மிருதுவாய் நுழைந்த சமயம் மன்னன் தலையில் இடி ஒன்று

இறங்கியது. அவனது பதில் தாய்-மகன் உடலுறவு பற்றியதான விளக்கமாக இருக்க வேண்டும் எனக் கேளா நின்றது கேள்வி. விடை தெரிந்தும் பேதலித்தான். தானா? தனது அரசா? வாழப்போவது யார் என யோசிக்க... விடைக்கான நேரம் முடியவும் வானிலே தூமகேது ஒன்று தோன்றி வானவில்லை விழுங்கி மறைந்தது; எறும்புகளும் பாம்புகளும் நாட்டை விட்டு ஓடத்துவங்கின; ஆதிக்குடிகளின் வனங்களில் வர்ண மயமான ஸர்ப்பமழை வளைந்து வளைந்து பொழியலாயிற்று; ஓலைச்சுவடிகள் எரியலாயிற்று; அந்தப்புரத்தில் தொடர்ந்து மூன்று நாட்கள் விசில் மழை பிறக்க...

வேதாளத்தின் வஞ்சக எண்ணத்தை உணர்ந்த தறுவாயில் தன்னுயிர் ஈந்து அரசின் சிரஸை காத்த விக்கியின் தலை வெடித்து சிதறியது. சிதறிய சதைகளின் மேல் மருத மர நிழல்கள் முளைத்தன. தொடர்ந்து அவை பல வருடங்கள் வாழவும் செய்தன. மூலமின்றி காணப்படும் நிழல்களால் இன்றும் அரசிற்கு சுற்றுலா வருமானம் வந்த வண்ணம் இருக்கிறது. புதியதாய் அடுக்குமாடிக் கட்டடங்களுக்காக நிழல்கள் அழிக்கப்பட்டபோது, விக்கிரமாதித்யன் தன் முழு உருவத்தையும் மீட்டது இக்கதையின் அந்திம காலத்தில் படிக்க கிடைக்கிறது. விதிப்படி மரிக்காத காரணத்தால், விக்கிரமாதித்யன் தானும் ஒரு வேதாளமானான். ஆனவன் வேதாளத்தின் நெஞ்சிலே வாளைப் பாய்ச்ச மரணித்த வேதாளம் சாபம் விலகி நதியாய் மாறியது. பிறகு அந்நதி பேசலானது "விக்கி மாமன்னா என்னை இறப்பித்து என் சாபத்தை நீக்கியதற்கு நன்றி. இக்கதையுலகிலே என்னை "நீரன்றி யார் சுமந்தார்" என ஆபோகியில் வருந்திய நதி "மேலும் நான் தோதாய் தொங்க இரண்டாம் இந்திரனிடமிருந்து அறிவால் கவர்ந்த கற்பகத்தருவையே எமக்கு அளித்தீர். உம்மைக் கொல்ல எனக்கெப்படி மனம் வரும். உம்மிடம் அம்மரணக்கேள்வியை கேட்டது நானல்ல என் குரலில் ஒரு பட்டி", எனக்கூறிவிட்டு தன் போக்கில் நகர்ந்தது. தன் மிமிக்ரி திறமையால் தன்னைக் கொன்ற பட்டியைக் கொல்ல கதையைத் தவிர வேறு ஆயுதம் கிடையாது என அறிந்து தேறியது விக்கி. பிறகு தானே கதை சொல்லியாயிற்று.

மன்னன் இறந்த துயரத்தால் கோகிலங்கள் ஒருவார காலத்திற்கு சிறையில் தள்ளப்பட, சாரங்கிகள் ஒரு வார சுதந்திரத்தை அனுபவித்தனர். பட்டி அரியணை ஏறி அந்தப்புரத்தைக் கைப்பற்றி தனது மனைவிகளை மீட்டார். விக்கியின் வஞ்சக எண்ணத்தை ஒற்றர்கள் மூலம் அறிந்த பட்டி மாமன்னன் சாலிவாஹனனால் தனக்கு ஏற்படபோகும் மரணத்தின் தடைகளை உடைக்கும் நிமித்தம்,

இனி யாரும் ராஜ்ஜியத்தில் கதை கேட்கக்கூடாது என பிரபுக்கள் சூழ்ந்த கனக சபையிலே ஆணை பிறப்பித்தான் என்கிற அளவிலே இரண்டாம் காண்டம் முடிவடைகிறது.

காண்டம் மூன்று

ஆனாலும் சுடு-இடு-காட்டுப் பகுதிகளில் கதை கேட்ட மரணங்கள் துளிர்ப்பதை கேள்வியுற்ற மன்னன் பெரிதும் கவலையுற்றான். காலைக்கடன்களுக்கான புதிய இடம் கேட்டு மக்கள் ராஜவீதியில் ஊர்வலம் வந்தனர். மரணத்தின் நிழல் என்று தம் கதவை தட்டுமோ என பிரபுக்கள் அஞ்சினர். முடிவில் பட்டி காளியிடம் சரணடைந்தார். பட்டியின் பணிவிடையில் மனமகிழ்ந்த காளி - ஒரிஜினல் பழைய எஜமானனுக்கு எதிராக சாய்ந்தாள். இன்றும் அக்கோயில் வடதிசை நோக்கி சாய்ந்தே காணப்படுகிறது. அதனை நிமிர்த்தும் முயற்சியில் ஈடுபட்டு தோல்வியடைந்த பல ஆன்மீகக் குழுக்கள் 16-ஆம் நூற்றாண்டின் இறுதியில் முயற்சியை முற்றிலும் துறந்தன. காளிகோயில் சற்றே நிமிர்ந்ததென வதந்தி ஒன்று இக்கதையின் முடிவில் பரவவும் தொடங்கியது... ‘கதை கொலைக்கருவியாவதை விரும்பாத காளியானவள் விருப்பப்படாதவர்களை கட்டாயப்படுத்தி கதை கேட்க வைத்தால், பல யுகங்களுக்கு தொங்க வேண்டி வரும்’ என விக்கியை நோக்கிச் சாபமிட்டாள். இவ்வாறாக நகர்ந்தது காலம். தொடர்ந்து ஆவியாக உலவுவதால் போரடித்த வேதாளம் தன் ஆயுதத்தை காளி பிடுங்கி விட்டதற்காய் ஆத்திரமுற்றார். தனக்கு சிரஞ்சீவி வரமருளின காளியின் வரமே தனது மரணத்தின் நீட்டிப்பிற்கு காரணமானதைக் கண்டு குழப்பமான கோபம் கொண்டார் விக்கி.

கொண்டதால் சுடு-இடு-காட்டிற்கு சிரம பரிகாரம் செய்யவரும் ஆடவர்களை அணுகி கதை கேட்கக் கெஞ்சலாயிற்று. மசியாத மாந்தர் மன்னனின் ஆணைக்கு உட்பட்டவர்கள். ஒரு சுக்ல பட்ச அமாவாசை முன் பகலில் தன் வாழ்வின் கடைசி சீனனை ஆரண்யத்தில் வழி மறித்தது வேதாளம். பிரதேசமறியாத சீனன் வேதாளத்திடம் அகப்பட்டுக் கொண்டான். அவ்வமயம் விக்கியின் தலையில் சந்தேகக்கிளை ஒன்று முளைத்து விண்ணை முட்டலாயிற்று. “இதுநாள் வரை தன் நாக்கில் வடமொழி தோல் போர்த்திக் கொண்டிருந்த கதை புதிய மொழியை ஏற்றுக்கொள்ளுமா” ஆய மொழிகள் 8 x 8 -ம் அறிந்த விக்கிக்கு சீனமொழி புதியதல்ல. ஆனாலும் கதைக்கு புதியதானபடியாலே சற்றே குழம்பியது வேதாளம். நிகழ்ந்தது அற்புதம்.

பாரத கண்டத்தின் முதல் சீன மொழிக்கதை அதன் நாக்கிலே முளைத்தது யாத்ரீகனின் காதிலே புகும் வேளையிலே ஓட

முயன்றார் யாத்ரீகர். சாபம் மறந்த விக்கி காட்டுக்கொடிகளால் மருதமர நிழலொன்றில் சீனரைக் கட்டிப்போட்டது. பின் விளைந்த கேள்வியால் யாத்ரீகர் மட்டும் மரிக்கவே விக்கியின் மரணம் இரண்டு யோஜனை மேலும் வளர்ந்து காலத்துள் ஒளிந்துகொண்டது. மருத மர நிழல்கள் மேலும் வளர்ந்து புஷ்டியாகின. இரண்டு வரிகளுக்கு முன்னே நிகழ்ந்த அற்புதம் யாத்ரீகரின் விருப்பமின்மையால் தனது மரண காலத்தை வளர்த்ததை கண்டு துயரமுற்ற விக்கி, அற்புதமும் சாபமும் இரட்டைக் குழந்தைகள் என அறிந்து விண்ணை நோக்கி தன் கண்ணீரை செலுத்தியது.

தாமதமாய் நுழையும் வரிகள்

விக்கியின் நிலை கண்டு துயருற்ற காளியானவள் தன்னுடைய மிமிக்ரி ஞானத்தால் அவ்வனத்தில் அசரீரீ ஒன்றை ஏவினாள் "உன் கதையாலேதான் உன் மரணத்திற்கு மரணம்" எனக் கூறி வாதா மரம் ஒன்றில் மறைந்தது அசரீரீ. மரணக்கவலையால் உருண்டோடிய காலங்களில் பட்டியைப் பழிவாங்கும் எண்ணத்திற்கு பதிலாக தாடி வளர்க்க தொடங்கியது விக்கி.

காவிய காலம் முடிந்த பின்னாலே விதிப்படி பட்டியும் மாண்டார். சாலிவாஹன சகாப்தம் முடிவுற்ற தறுவாயில் சகோதர வேதாளங்கள் பெருநதி ஒன்றில் மூழ்கி மறைந்தனர். ஆகாயங்களில் புதிய மேகங்கள் முளைத்தபோது உதித்த இள வேதாளங்கள், பெரிசு விக்கியை மதித்தார்கள் இல்லை. கதை கேளா மாந்தர்களும் பெருக சோர்ந்த விக்கி தனது மரணத்தின் மரணத்தைத் தேடி காலத்தோடு ஸ்நேகித்து வாழலாயிற்று. காலமும் இருபதாம் நூற்றாண்டின் இறுதிப்படியில் விக்கியை கழற்றி விட்டது. வேதாளம் நதிகளால் சூழப்பட்ட நகரமொன்றை அடைந்தது. வான வழியினாலன்றி வேறு வழிகளில் அந்த ஊரின் மையத்தை அடைய முயன்று தோற்றதில் பல பாண்டிய மன்னர்களும் அடங்குவார். ஊரின் வடிவத்தை ஒத்திருந்தன அவ்வூரின் திண்ணைகள் பார்வைக்குத் தெளிவாய் தெரிந்தாலும் அயலார் அவ்வளவு சுலபத்தில் அமர முடியாதபடி போனதற்கு காரணம் கண்டிப்பாய் திண்ணைகளல்ல. ஆனால் இதெல்லாம் பழைய கதை என்றும் ஊராரில் ஒரு சாரார் கூறுவார். ஓடும் பிரதான நதியின் திருமங்கை மன்னன் படித்துறை வைதீக சுடுகாட்டுப் புளிய மரமொன்றில் ஜாகை பார்த்து குடியேறினார் விக்கி. அங்கே வந்து போகும் மனிதர்கள் அனைவரும் காதுகளற்றே இருந்தார்கள். (இறந்த பின் முளைக்கும் காதுகள் அவர்களுக்கு) சப்தங்களை தமது தேவைகளுக்காக அதிகரித்து கொண்டே போன

அரசாங்கம் முடிவில் காதுகளை அறுத்துக்கொண்டு போய்விட்டதாக வழிப்போக்கன் மூலம் கேள்வியுற்ற விக்கி தனது சாபத்தை எண்ணி கலங்கா நின்றது. புதியதாய் பிறந்த குழந்தைகள் காதுகள் அற்றே பிறக்கிறார்கள் என்றும் யானைகளின் காதுகள் கூட அவ்வூர் கோவில் இறைவனுக்கு விசிறிகளாக பயன்பட்டுக்கொண்டு வருவதாகவும் வழிப்போக்கன் மேலுமுரைத்தான்.

இசையையும் கண்ணால் கண்டு களிப்புறும் பழக்கமுடைய புதிய உலகில் திண்ணைகள் தம் மாயத்தன்மையை இழந்துவிட்டிருந்தன. ஆனாலும் வேதாளத்தின் இம்சையினால் அவ்வூர் மக்கள் தங்கள் வீடுகளிலேயே கழிவறைகளை கட்டிக்கொள்ள ஆரம்பித்தார்கள். வேதாளத்தின் வரவால் அவ்வூர் பெண்டிர் தம் துயரமொன்று அறுந்து விட்டதில் மகிழ்ச்சி அடைந்தனர். ஆனாலும் கதை ஆர்வலர்களாக இருந்த அவ்வூர் மனிதர்களிடம் பழக்கத்தில் இருந்த கதைகள் அனைத்தும் எழுதப்பட்ட கதைகளே. அவ்வாறான கதைகள் அறியாத காரணத்தால் புதிய கதையின் சூட்சுமங்களை அறியப் பழக ஆரம்பித்து ஓராண்டு கால உழைப்பிற்குப் பிறகு நன்கு தேறிய வேதாளம் அபிநயத்தோடு கதை சொல்ல நல்ல முறையில் கற்றுக்கொண்டது.

இவ்வாறான நாளொன்றில் வேதாள விபரமறியாத தமிழ் கதாசிரியனொருவன் (இனி தமிழ் - க) மலம் கழிக்க சுடுகாட்டினை அடைந்தான். அதே சமயம் காதுகள் வாய்க்கப்பெற்ற மனிதனொருவனை வேதாளமும் கண்டது. அவன் காதில் எப்படியும் கதையை நுழைத்து விடலாம் என எண்ணியபடி வேதாளம் வழக்கம் போல் கிழ உருவெடுத்து தமிழ் க - வை சந்திக்க ஆயத்தமானது. கிழ நிழல் ஒன்று மயானத்தில் தன்னை நோக்கி ஊர்வதை கண்ட தமிழ் - க தெளிவான விண்ணை நோக்கி அமர்ந்தவன் எழுந்தான்.

நிழலுடன் தமிழ்-க

தன் 12 கதைகளை செவ்வனே எழுதி முடித்த தமிழ் - க தமது 13வது கதையினை கொழுகொழுவென வளர்த்து உரிய சஞ்சிகைக்கு கொடுக்க வேண்டுமென்று விரும்பினான். கதைக்கு போஷாக்கு ஏற்ற வேண்டி ஊரிலிருந்து தீர்த்தயாத்திரை கிளம்பி பல ஊர்களுக்கு இறங்கி எறிய பின்னாலும் நோஞ்சானாக முனகிக் கொண்டிருந்தது அவன் கதை.

சென்ற அத்தியாயத்தின் இறுதி வரிகளில் கிழ நிழலாய் ஆனா வேதாளம் தமிழ்-க'வை அணுகியது. ஊடுருவும் நிழலால்

பயந்த தமிழ் - க பீடியை தவறவும் விட்டான். நிழலும் “தம்பி பயப்படத் தேவையில்லை” எனக் கூறியபடி கீழே விழுந்த பீடியை எடுத்துக்கொடுத்தது. மணலில் அணைந்த பீடியை விரல் சொடுக்கால் பிறந்த அக்னியில் பற்ற வைத்தது. பின் தன் நட்புமுகத்தைக் காட்ட வேண்டி பீடி ஒன்றை யாசித்து பற்ற வைத்துக்கொண்டது. நிழலில் விட்ட புகை அவர்களையே உற்றுப்பார்த்துக் கொண்டிருந்த வான சிங்கத்தையும் அதனருகே சஞ்சரித்துக் கொண்டிருந்த அதன் பிரஜைகளையும் காட்டாறாய் மாற்றியது. நிழல் பேசலாயிற்று.

“ஓடிப்போன கதையை தேடியலையும் இளைஞனே, உண்மையில் நான் நிழலல்ல, உனது வரலாற்று பாடங்களிலும், கிழவிகளின் நாக்குகளிலும் உள்ள விக்கிரமாதித்யன் நானே. நான் என் அரசமைப்பாலும், மந்திரியாலும், காளி ஒன்றாலும் வஞ்சிக்கப்பட்டேன். நான் எனது வேதாள உருவிலிருந்து விடுபட வேண்டுமெனில் அதற்கு கதையைத் தவிர வேறு உபாயமில்லை என காளியால் வர - சாபம் பெற்றுள்ளேன்” என கூறி வரலாறை சுருக்கமாகக் கூறி தஸ்தாவேஜுகளை தமிழ் - க விடம் காட்டியது.

“இசையையும் கண்ணால் கண்டு களிப்புறும் இக்காலததிலே காதுகள் வாய்க்கப்பெற்ற உன்னை கண்டு பெருமகிழ்ச்சி அடைகிறேன். உனது நோக்கத்தையும் நான் படித்த கதை ஒன்றின் மூலம் அறிந்து கொண்டேன். கதை எங்கும் பரந்து கிடக்கிறது. இந்நதி அறிந்த கதைகளை நாமறிவோமா? இச்சுடுகாடு தன்னுள்ளே புதைத்து வைத்திருக்கும் கதைகள் அநேகம். நீ எழுதாத உன் கதையினை நானறிவேன். தேடத்தேட பிறக்கும் கதைகள். ஏன் இம்மல்லிகை மரமும் கதைகள் பல அறியும்” எனக்கூறி மயங்கி விழுந்து மல்லிகை மரத்துள் கூடு பாய்ந்தது. மல்லிகை மரமும் ஆமாம் எனக்கூறியபடி அசைந்தது. வேதாளத்திடம் நம்பிக்கை கொண்ட தமிழ் - க நிழலுக்கு மூர்ச்சை தெளிவித்தான். மூர்ச்சை தெளிந்த வேதாளம் “இளைஞரே, தெரிந்தோ, தெரியாமலோ கதைகளின் புதிர்வழிகளில் சிக்கிக் கொண்டுவிட்டோம். புதிர் வழிகளில் நாம் சந்திக்கும் இவ்விடமே கதைக்கான உருவம். போகட்டும் நீர் மட்டும் நான் கூறும் கதையினை கேட்டு என் கேள்விக்கு உரிய பதிலை அளித்து என் வேதாள வாழ்க்கைக்கு முற்றுப்புள்ளி இடுவீரேயானால் நீர் கேட்கும் பரிசிலை நான் உமக்களிப்பேன்” என்று கூறியது. தமிழ் - கவும் சம்மதிக்கவே இருவரும் சுடுகாட்டில், விராட்டிகளின் மணம் சூழ்ந்த ஊதுமண்டபத்தில் அமரலானார்கள்.

நிழலொன்று தன் நிஜத்தைத் தேடி கண்ணாடியுள் இறங்கி, நிஜத்தையும் தொலைத்து கண்ணாடியிலும் சிறைப்பட்ட கதையினைக்

கூறுகிறேன். விரக தாபத்தால் வெண்ணிலவின் மீது எரியம்பு எய்திய வீரன் (அம்பு நிலவை முட்டவும் அவன் ஆயுள் முடிந்ததும் இக்கதையில் தான்) கதையும் இதுவேதான்.

நீராலும் நிலத்தாலும் சூழப்பட்ட கதையுலகிலே போதிசத்வர் காசியை தலை நகராகக் கொண்டு ஆட்சி செய்த காலமொன்றில் மத்தர தேசத்தை முதல் மூக்குக் கண்ணாடியை அணிந்தவனான மதிவாணன் என்பவன் ஆண்டான். அவன் காலத்தே ஓலைச்சுவடிகள் கல்வி நிலையங்களில் மிகுந்திருந்தன. சுவடிகளை ஒழுங்குபடுத்த வேண்டி தன் ஆட்சியை அர்ப்பணித்தவன் தான் மன்னன் மதிவாணன். ஓலைச்சுவடிகளில் இலக்கிய தரமற்ற குப்பைகள் மிகுந்திருப்பதாய் எண்ணிய மதிவாணன் வரும் சந்ததியர்க்கு உதவும் வண்ணம் ராஜாங்கத்தில் அரசு அனுமதி பெற்ற பிறகே புதிய கவிதைகள் படைக்கப்பட வேண்டும்! என ஆணை பிறப்பித்தது தான் மண்டூர் கல்வெட்டுகளில் காணக்கிடைக்கிறது எனக்கூறி தும்மியது. தும்மியத்தில் விழுந்தது கல்வெட்டின் ஜெராக்ஸ் காப்பி. அதைப் படிக்கும்போது தமிழ் - கவும் ரின் சோப்பின் வாசனையை முகரவும் செய்தான் (கல்வெட்டின் ஜெராக்ஸ் காப்பி வேண்டுவோர் நேரில் அணுகவும்)

கல்வெட்டுகள் சொன்ன கதை:

அவ்வமயம் ஜாதவேதா என்னும் இளங்கவி ஒருவன் அரசனின் அத்தாணி மண்டபத்தில் கவிதை வாசித்தான். அவனது கவிதையில் திருப்தியுறாத பெரும் புலவர்கள் சூழ்ந்த அச்சபை ஜாதவேதாவிற்கு எழுத்தாணியைத் தர மறுத்தது. மேலும் தண்டனையாக, அவனது அறிவை விருத்தி செய்வதற்காக ஓலைச்சுவடி சேகரிப்பு நிலையத்தில் வேலைக்கு அமர்த்தப்பட்டான். எழுத்தாணி மறுக்கப்பட்ட பலரும் அங்கேயே உத்தியோகத்திலிருந்தார்கள். எழுத்தாணி பெற்றவர்கள் அத்தாணி மண்டபத்தில் தலைமைப் புலவர்கள். அவர்களிடம் அனுமதி மறுக்கப்பட்ட கவிஞர்கள் (இனி அ. ம. க) தன் அன்றாட தேவைகளை எண்ணியும், அளவு கடந்து தேங்கிய சிருஷ்டித்தீயை வெளியேற்றவும் தம் கவிதைகளை விற்றார்கள். பெரும் புலவர்கள் கவிதைகளால் நிறைந்திருந்தது ஓலைச்சுவடி சேகரிப்பு நிலையம். காலப்போக்கில் ஆன்றோர் மட்டுமே நிறைந்திருந்த அத்தாணி மண்டபத்தில் காகங்கள் நுழைந்தன. அ. ம. க நாட்டிலே பெருகினர். வருங்கால சந்ததிகளாவது அறியட்டும் என எண்ணிய அ. ம. க கவிதைகளை படைத்து பூமியில் புதைத்தனர். புதைக்கப்பட்டவை

செடிகளாய் முளைக்க கட்டை விரல்களை இழந்த அ. ம. க அநேகர். ஆன்றோர்களின் பெயர்களில் அத்தாணி மண்டபங்கள் முளைத்தன. இவ்வாறாய் மறுக்கப்பட்ட கவிஞர்களின் மண்டைகளில் தேங்க தொடங்கியது சிருஷ்டித் தீ. ஒரு இரவில் பெய்த பெருமழையில் அ. ம. க மண்டைகள் நனைய தலையில் செடிகள் முளைக்க ஆரம்பித்தன. தலையில் முளைத்த செடிகள் சிறிதும் நறுமணம் அற்றவை என்றும், அவை ராஜ பிளவைக்கு மிகச்சிறந்த ஔடதம் என்றும் ராஜ்யத்தை தாண்டியும் வதந்தி ஒன்று பரவியது. கதைக்கு முற்றிலும் பொருந்தாதச் செய்திதான். அ. ம. க அயர்ந்துறங்கிய வேளைகளில் ஆடுகளால் மேயப்பட்டன அந்தச் செடிகள். ஆடுகளின் புழுக்கைகளில் பொதிந்திருந்தன எழுத்துக்கள். 'மே' அழியப்பெற்ற ஆடுகள் கவிதையின் போதையால் அ. ம. க தலைகளை தேடி அலைந்தன. முடிவில் ஆடுகளால் அங்கீகரிக்கப்பட்டார்கள் கவிஞர்கள்.

ஒரு பனியிரவில் எதேச்சையாய் அத்தாணி மண்டபத்துள் செடியுண்ட ஆடொன்று நுழையவும் பிறந்த கவிதையின் விந்தையை ஒத்துக்கொண்ட ஆன்றோர் அதன் கழுத்தில் எழுத்தாணி ஒன்றை தொங்கவிட தூக்கத்தில் நடப்பதை இழந்தது ஆடு. அதேசமயம் செய்தி நகருள் பரவ செடித்தலையர் பலரும் அத்தாணி மண்டபத்திற்கு விரைந்து வந்து சேர்ந்தனர். கவிதையின் சொந்தக்காரர்கள் தாங்களே என தமக்குள் மோதிக்கொள்ள ஆட்டிடையன் எழுத்தாணியை ஏலத்தில் விட முயல தடுத்தனர் ஆன்றோர். உங்கள் செடியை விடவும் ஆட்டின் நாக்கிற்கு பெரும் பங்கு உண்டு என ஆன்றோர் தீர்ப்பளித்தனர். பின்னாளிலேயே கவிஞர்கள் சொந்தமாக ஆடுகள் வளர்க்கத் தொடங்கினார்கள். ஆட்டு வளர்ப்பிலே தீவிரமாக ஈடுபட்டவர்களின் தலைகளிலிருந்து செடிகள் மறையத் தொடங்கின. ஆட்டு வளர்ப்பிலே ஈடுபாடு அற்றவர்கள் செடிகளை காக்கும் பொருட்டும், வாழ்வின் தேவைகளை நினைத்தும் வைத்தியர்களானார்கள். மிஞ்சிய செடித்தலைவர்கள் அத்தாணி மண்டபங்களில் ஆடுகள் சகிதம் நுழைந்து கவிதை வளர்த்தார்கள். தேர்ந்த ஆடுகளின் சொந்தக்காரர்களுக்கு ராஜ முண்டாசு அளிக்கப்பட்டது இவ்விதம் தோன்றிய முண்டாசு கவிஞர்களின் பரம்பரை ஆறு தலைமுறைக்கு பிறகு விவசாயத்தில் நுழைந்து பருத்தி வளர்ப்பிலே ஈடுபட்டார்கள். தன் அந்திமக் காலங்களில் இலையுதிர்ந்த செடிகள் மட்டுமே மிஞ்சுவதைக் கண்டு கலங்கினர் கவிஞர். காலப்போக்கில் இலைகளற்ற செடியை உண்டதில் ஆடுகள் அத்தாணி மண்டபத்தையும் அரசாங்கத்தையும் கடுமையாக

விமர்சிக்கத் தொடங்கின. செடித் தலையர்கள் (அ) முண்டாசு கவிஞர்கள் ஆடுகளின் திடீர் மாற்றத்தால் அதிர்ச்சி அடைந்தனர். விமர்சித்த கவிதைகள் இலக்கியத் தரமற்றவை என முத்திரை குத்தப்பட்டன. அரசாங்கம் முண்டாசுகளையும் ஆணிகளையும் பறித்துக் கொண்டது.

மக்கள் மத்தியில் ஆடுகள் புழங்கியதால் பரவின கவிதைகள். இளவரசி மதி மதணி பிறந்த நாள் விழாவிற்கான பெருவிருந்தில் அவ்வாடுகள் மடப்பள்ளியில் இரையாகின. உண்டவர் கவிதைகளில் அரசாங்கம் அதிர்ந்தது. ராஜகுருவின் உதவியோடு செடித்தலையர்கள் மீது கொடிய வியாதி ஒன்றை ஏவி விட்டான் அரசன். செடிகளில் பூச்சிகள் புக, கருகத் தொடங்கின செடிகள். பாக்டம்பாஸ் அறிமுகமாகாத காலத்தால் நாளடைவில் முற்றிலும் அழிந்தன செடிகள். ராஜபிளவை மீண்டும் மரணத்தின் நண்பனாயிற்று. செடிகள் மறைந்த தலைகளில் ராஜபிளவை முளைத்தது.

ராஜகுருவின் உதவியால் இரவில் முளைத்த பூதத்தின் வரவால் கவிஞர்கள் பயந்து திருமணம் செய்துகொண்டார்கள். செடிகள் மறையப்பெற்ற மொட்டை தலைகளுடன் அவர்கள் தந்தைகளாக பிறந்த குழவிகள் முடிகள் அற்று பிறந்தார்கள். பெண் குழந்தைகளுக்கு உச்சந்தலையில் தடிமனான ஒற்றை முடி மட்டுமே உதித்தது. அம்முடிகள் மடங்காத் தன்மையுடையது என எழுதிய கவிஞர் ஒருவரின் கவிதை அத்தாணி மண்டபத்தில் அங்கீகரிக்கப்பட்டது.

தந்தையான பின்னாலும் உயர்ந்த பரிசில்களை பெற்று வாழ்ந்த புலவர்களின் வாழ்க்கைத் தரத்தினால் சோர்ந்து போனான் ஜாதகா. அரசாங்கத்தின் சட்ட எல்லைகளுக்குள் வாழ்வைக் கழிப்பதில் சுவாரஸ்யம் இழந்து விட்டதாய் ஒரு சாக்கை சிருஷ்டித்துக்கொண்டு பெரும் கள் - குடியானாக மாறினான். கள் குடியர்கள் நாட்டில் பெருகலானார்கள். போதையில் இழந்துபோன உலகினை கனவு காணலானான் ஜாதகா.

மூதாதையர்களின் தொட்டில்களின் ஓட்டைகள் பெரிதாகின. ஜாதகாவின் குறைகள் மேலும் அதிகரிக்க குடுவையில் அடைக்கப்பட்டு என்றோ முடக்கப்பட்ட தனக்கு சொந்தமான பூதம் ஒன்றை அவன் கனவின் துணைகொண்டு விடுவித்தான். ஆன்மாக்கள் நிரம்பிய பிருந்தாவனங்களில் பிளாஸ்டிக் கோகிலங்கள் கூவின. அங்கே அவன் மந்திர குளிகைகளையும் அதிசய ஜமுக்காளத்தையும் தேடி அலைந்தான். சுதந்திரம் அருகிப்போன அவ்வனங்களில் கார்ட்டூன் ஆன்மாக்கள் நிரம்பியிருந்தன. தனது கவிதைகளின் மூலம்

கார்ட்டூன்களை ரசவாதம் செய்ய முற்பட்ட ஆரம்ப தருணங்களில் அவன் கைதுசெய்யப்பட்டு நிலவறையில் அடைக்கப்பட்டான். உடல் வெளிறிப்போய் அரைகுறை உயிரோடு பாதி கார்ட்டூனாகவும் மிச்ச மீதி உடலோடும் உலவிக்கொண்டிருந்தன மூதாதையர்களின் அற்புதங்கள். நாட்டிலோ ஆன்றோர்களின் கவிதைகள் மிஞ்சிய அற்புதங்களையும் கார்ட்டூன்களாக மாற்றி பிரதி, தங்கள் அலங்காரங்களை கஜானாவில் இருந்து எடுத்துக் கொண்டார்கள்.

ஜாதகாவின் கோடைகால இரவுக் கனவொன்றில் யாரோ ஒருவனால் அவன் கவிதைகள் மீது சிறுநீர் பெய்யப்பட்டது. திடுக்கிட்டு எழுந்த அவன் படுக்கை நனைந்திருப்பதை அறிந்து கேவி அழ ஆரம்பித்தான். அழும் அவனுக்கு ஆறுதல் சொன்னார்கள் முறையே 1/4,1/2,3/4 திருடர்கள். பின் அவர்களுக்குள் நட்புப் பூ ஒன்று சிறையில் மலர்ந்தது.

நாடு நிலத்தை விடுவித்து நீலத்தை பயிர் செய்ய தொடங்கியது. நீலத்தை அழிக்கும் முகமாக அவன் தன் கண்களை அறுத்துக்கொள்ள முயற்சித்த வேளையில் சிந்திய ரத்தம் நீல நிறமாக மாற, அவ்வேளையில் மேகங்களிடமிருந்தும் வெளியேறிய மதி அவனுடைய முயற்சியை அழித்தாள்.

ஓலைச்சுவடிகளிடையே பெரும் காவியமொன்று கண்டுபிடிக்கப்பட்டது. அப்போது எழுந்த மதிவாணனின், பிறந்த தினத்தன்று ஜாதகா விடுதலை செய்யப்பட்டான். அரசாங்கத்தின் அதிகாரங்களுள் நுழைந்து பெரும் செல்வம் ஈட்ட எண்ணிய நாட்களுள் ஒன்றில் அரண்மனை அந்தபுரத்தில் நுழைந்து வைரமாலை ஒன்றைக் களவாடினான். இளவரசி அலற காவலாளிகள் துரத்த வெகு நேரம் ஓடிய பின் 18-ம் நூற்றாண்டில் தொலைந்து போன நதி ஒன்றில் குதித்தான். நதியின் போக்கில் அடித்துச் செல்லப்பட்ட அவன் பங்குகளாலும் பங்குதாரர்களாலும் சூழப்பட்ட ஒரு காலத்தில் அதன் நகரமொன்றில் அகழ்வாராய்ச்சியாளர்களின் உதவியால் எழுந்தான். எழுந்த ஜாதகாவை சினிமா ஒன்று துரத்திக்கொண்டிருந்தது. அதன் இயக்குநர் பிரெஞ்சு மொழியின் தேசத்தைச் சேர்ந்த கோதார். அவன் அந்த சினிமாவை முன்பே அறிந்திருந்தான். மத்தியத்தட்டு வாழ்க்கையின் அன்றாட தேவைகளால் அவதியுறும் அவனின் அலுவலகமானது மேலதிகாரிகள் மட்டுமே கையூட்டு பெரும் வாய்ப்பை உடையது. நிறங்களால் சூழப்பட்ட இரவுகளை சொந்தமாக்கிக்கொண்ட ஜாதகாவின் மண்டையில் கேசம் காணப்பட்டது. அவனுடைய முயல் முகம்

புதிய காலத்தில் குதிரை முகமாக இருந்தது. அவனுடைய பெயரும் புதியதாக இருந்தது (ஜாதகாவின் நிழல் மருவி/ ஜாநி) அவனுடைய துணைவியாரும் மங்களம் அம்மையார் ஆவார். முதல் ஊழியம் பெற்ற தினமே மதுக்கடைகள் திறக்கப்பட்ட தினம். வசீகரமற்றது என அவன் எண்ணும்படியான குழந்தைப் பருவத்தின் நினைவுகளை பழிவாங்கும் நிமித்தம் அவன் பியர் குடித்தான். ஆனால் அவனுள் பியர் இறங்கிய பின்னால் இறந்த காலத்தின் அற்புதங்களைப் பற்றியே பேசி வந்தான். அற்புதங்கள் கார்ட்டூன்களாக மாற்றப்பட்டு விட்டதாக துயருற்ற அவனுடைய உத்தர - பியர் சம்பாஷணைகளில் தொலைந்து போய்விட்ட நாகரீகங்களைப் பற்றியும் இசை பற்றியுமான துயரங்களும் ஒட்டிக்கொண்டிருந்தன.

ஜாதகாவின் மரபணு வளர்ந்து மூளையுள் பெருகிக் கொண்டிருந்த காரணத்தால், அவன் பணத்தின் மீது நெடிய ஆசைகளைக் கொண்டிருந்தான். அவன் மூளையில் முளைத்த வீட்டிற்கு அஸ்திவாரம் போடும் பொருட்டு அவன் பங்குச்சந்தையில் நுழைந்தாலும் செடி வளர்ந்த தலையானபடியாலே சற்று மேடிருந்தது. மேட்டுத் தலையர்களின் பங்குகள் இழுத்தடித்துக்கொண்டிருந்தன. ஜாநி பாதி வளர்ந்த வீட்டை மீரட் பங்கு ஒன்று இடித்துப்போட்டது. சகோதர பியர் - அருந்து மாந்தர் அவனை அவ்வனுபவத்தை எழுத அழைத்தபடி இருந்தார்கள். அறிவு பற்றியும் அதன் அத்தியாவசியத் தேவைகளைப் பற்றியும் நீண்டதும் நெடியதுமான பிரக்ஞை அவனுள் ஓடிக்கொண்டிருந்தது. அவனுடைய சிந்தனை முடிவுகளுக்கும் சிகரெட்டிற்கு புதிதாக ஒரு சம்பந்தம் முளைக்கவே, சிகரெட்டைப் பற்ற வைத்தபடி அவன் எழுத இசைந்தான்.

அவனுடைய முதல் படைப்பு வெளியான பின் சகோதரக் குடிகாரர்கள் அவனை விட்டு விலகினார்கள். எழுத ஆரம்பித்த சிலநாட்களில் அவனுடைய வாயையும் எழுத்தையும் கேவலப்படுத்த தொடங்கின அவனுடைய அத்தியாவசியத் தேவைகள். பிளீச்சிங் பவுடர் மணத்தால் சூழப்பட்ட கனவுகளில் சக மனிதர்களை பன்றியாகவும் தன்னை பன்றியோட்டியாகவும் கண்டான். கண்டதில் தன் உள்ளக்கிடக்கையையும் அவன் அறிந்து கொண்டான்.

புதிய உலகில் ஜாதகாவின் குழந்தை மற்றும் இளமை பருவம்:

1. எட்டு மாதங்களில் மண்ணுலகில் கால் பதித்தவன்.
2. மூன்று வயதுவரை முலைக்காம்பு பற்றியவன்.

3. நான்கு வயதிலேயே நினைவுகள் முளைக்க ஆரம்பித்தவன்

4. முதலாம் வகுப்பில் மாந்தத்தினால் பெயிலானவன்.

5. ஏழாம் வயதில் தன் முதல் பகற்கனவை கண்டவன்.

6. தற்போது பேருந்து நிலைய பொதுக்கழிப்பிட சுவர்களிலும் அது சார்ந்த மற்ற சுவர்களிலும் காணப்படும் மணலம்மை, சீத வாந்தி பேதிகள், பொண்ணுக்கு வீங்கி, மகோதரம், மாந்தம், கக்குவாய், இருமல், அழுகுணிச் சிரங்கு, சிலந்தி, விரை வீக்க நோய்களால் சூழப்பட்டது அவனது ஆரம்பப்பள்ளிப் பருவம்.

7. 2ம் வகுப்பில் டபுள் பிரமோஷன் வாங்கிய அவன் அவ்வருட கோடை விடுமுறையில் எலும்பு முறிவை தன்னுள் முதன்முதலில் கண்டான்.

8. மிகவும் பலஹீனமான உடல்நிலை கொண்டவன் ஆனதால் என். சி. சி. மறுக்கப்பட்ட அவன் கைகளில் மருதாணி அச்சு தொடர்ந்து இருந்து கொண்டிருந்தது.

9. பெண்களின் பரிச்சயம் மிகுந்த அவன் பள்ளி விளையாட்டு பீரியடுகளில் சக மாணவர்களின் பைக்கட்டு காவலனாய் சோம்பியே அமர்ந்தான். நொறுக்குத் தீனிகள் நிரம்பிய டவுசர் பைகளால் பேச்சைத் தவிர்த்தவன் பல்லாங்குழி தாயக்கட்டை மற்றும் தாமதமாய் அறிமுகமான ட்ரேடில் விளையாட்டிலும் நிபுணன். போதிய வியர்வை மண்டையில் உற்பத்தி ஆகாத காரணத்தால் சதுரங்கத்தைத் தவிர்த்த அவன் சிவாஜி கணேசனின் ரசிகன் ஆனான்.

10. பரிச்சய பெண்கள் அடைந்துவிட்ட பருவத்தால் பெரியோர் எனப்படும் ஆன்றோர் அவன் கை மருதாணி அச்சை தொடர்ந்து வரும் உச்சாடனங்களால் பிய்த்துவிட்டு போயினர்.

11. வண்ணத்துப்பூச்சியின் மனமும் குணமும் உருவமும் கொண்ட மருதாணியின் நிழல்கள் மறைந்து போன கைகளில் காகிதங்களும் சிகரெட்டும் முளைத்த தினத்தை இன்றும் அவன் ஞாபகம் வைத்திருக்கிறான்.

12. ஜாநி உடையலங்காரத்தில் தீவிரமாய் ஈடுபட்ட காலத்தில் சக பையன்கள் வியர்வை கொட்டும் விளையாட்டு வீரர்களானார்கள். (அவனுடைய முதல் நாகரீகப் புகைப்படம்

அரசு பொருட்காட்சியில் தாஜ்மகால் அருகே நின்று எடுத்துகொண்டது தான்.)

13. தொடர்ந்து காகிதங்களால் சோர்வடைந்த அவன் மூளை த்ரில் தேடி அலையவும் அவன் கண்ணிற்கு புலப்பட்டது நூலகத்திற்கு அருகே அமைந்த நண்பர்கள் மனமகிழ் மன்றம். டென்னிஸ், காரம் போர்ட், சீட்டு இவற்றில் அவன் சீட்டை தேர்ந்தெடுத்ததற்கான காரணங்கள் இன்றும் தெளிவற்றே கிடக்கிறது.

14. வேலை கிடைக்கும்வரை சீட்டாட்டத்திற்குள் நுழைய முடியவில்லை. அங்கீகரிக்கப்படாத ஊழியனாக மன்றத்தின் அங்கத்தினர்களுக்கு மாறிய சமயத்தில்தான் பெண் தரகர் வரதன் நட்பு அவனுக்கு கிடைக்கப்பெற்றது. பின் தேறிய உடலும் சீட்டாட்டத்தின் மீதான அவன் நெருக்கத்தை பிரிக்க முயன்று தோற்றது.

15. தனக்கு பின்னால் (சேருக்கு) சக விளையாட்டுக்காரர்கள் நின்று வேடிக்கை பார்க்கும் காலத்தை ஜாநி எதிர்நோக்கி நின்றான். உரிய காலத்திற்கு முன்பே இறந்துவிட்ட தந்தையினால் அவருடைய வேலை கிடைத்தாலும், சற்றே தாமதமாக நுழைந்துவிட்ட காலத்தால் அவன் வேண்டியிராத வேறு மக்களே ஜாநியின் ஆட்டத்தை வேடிக்கை பார்க்கும் பாக்கியம் பெற்றார்கள்.

இவ்வாறான நாட்களுள் ஒன்றில்தான் கோதார் அவனை துரத்திக் கொண்டிருந்தார். அவர் மாதிரியான பல இயக்குநர்களால் அவனது சமீபத்திய இறந்த காலம் அலைக்கழிக்கப்பட்டிருந்தது. ஆனாலும் அவர்தம் பெயர்கள் அவன் இலக்கிய அங்கீகாரத்திற்கு உதவும் வண்ணம் செவ்வனே அப்பெயர்களை உதிர்ப்பான். நண்பர்களின் வேண்டுதலாலும், தூண்டுதலாலும் மேற்கில் சற்றே நகர்ந்திருந்த அறிவொன்றின் கட்டாயத்தாலும், பிரஞ்சு புரட்சியின் உச்சாடமொன்றின் கட்டாயத்தின் பேரிலும் சினிமாவின் பரிச்சயத்தைத் தவிர்த்தான். சினிமாக்களோடு பரிச்சயமற்றிருந்த அல்லது பார்க்க வாய்ப்பற்ற கூட்டத்தினுள் நுழைந்த ஜாநி தன் முடியலங்காரத்தை மாற்றிக்கொண்டான். ஓர் அந்திப்பொழுதில் அக்கூட்டத்தின் தூண்களை கோதார் அசைத்தார். அசைவால் அக்கூட்டத்தின் பிரதான அங்கத்தினர் அவனுக்கு கடிதமொன்றை எழுதினார்.

...

அன்பு ஜாநி, உன் கடிதம் கிடைக்கவில்லை. மேன்யுவல் புயிக் புத்தகங்கள் அனைத்தும் வாங்கிவிட்டேன். உன் புத்தகங்கள் ஜெராக்ஸ் கடையில் பணமின்மையால் முடங்கிக்கிடக்கிறது. அறிவின் கட்டாயம் நான் எதிர்பார்த்ததை விடவும் மேற்கில் நகர்ந்துவிட்டது. சினிமா பரிச்சயத்தை மீண்டும் துவக்க கோதாரை விடவும் வேறு ஆரம்பமேது? இந்த ஞாயிறு சேம்பரில் திரையிடுகிறார்கள். அவருடைய முதல் படம். உன்னை கட்டாயம் சேம்பரில் சந்திக்க விழைகிறேன். நேற்று அந்த ஊர்சுற்றி வந்திருந்தான். பெரும் மடையனான அவனுடன் நமக்கு என்ன பேச்சு என்று மூன்று மணிநேரம் நான் பேசாமல் அமர்ந்திருந்தேன். அவன் தனியே பேசிக்கொண்டிருந்து விட்டு இரவில் நகர்ந்து விட்டான்.

Convey my enquiries to Mangal

பிரியமுள்ள

அலுவலகத் தொலைபேசியின் உதவியால் அவனும் கோதாரை விரித்தான். அன்று முதல் அவனை துரத்தலானார் கோதார். அவன் வழக்கமாக சிறுநீர் கழிக்கும் இடத்தில் பிணமொன்று கோதார் கோதார் என்று கூறி இறந்தது. அலுவலகத்திலும் அவனை விடவில்லை. தஸ்தாவேஜுகளில் நுழைந்து அரற்றிய அவர். தட்டச்சு இயந்திரத்தில் 21 e எழுத்துக்களை விழுங்கினார். கோதாரை விரட்ட மதுக்கடையினுள் நுழைந்தான்.

வாங்கிய பியர் பாட்டிலுள் உறைந்து கிடந்தார். ஊற்றியபின் கோப்பையினுள் நீச்சலடித்தார். குடித்தபின் பாட்டிலில் தோன்றினார். பின் நுரைகளில் மிதந்தார். பாட்டிலிலும் கோப்பையிலும் மாறி மாறி தோன்றி வித்தை காட்ட ஜாநி மேலும் குடித்தான். மீண்டும் கோதார். மதுக்கடை விட்டு வெளியேறியவன் சிறுநீர் கழிக்க கோதார் வெளியேறினார். சோர்ந்த அவன் மயங்கி விழ கோதார் அவனுக்கு விசிறிக் கொண்டிருந்தார்.

அன்றிரவு ஜாநி கனவில் புதிய மிருகமொன்றை கண்டான். அடுத்த நாள் கோதார் அம்மிருகம் தானே என்றார். ஜாநி அது தானே என்றான். முடிவில் வெள்ளியன்று அவனுடன் சமாதானமாய் போனார்.

ஞாயிற்றுக்கிழமை படத்திற்காக ஆர்வத்தை முன்னைப்போல் அவன் கொண்டானில்லை. விடியற்காலையில் கோதார் வீட்டினுள்

நுழைந்தார். அயர்ந்துறங்கிய ஜாநியை கனவொன்றினால் தட்டி எழுப்பினார். அறையை சுத்தம் செய்தபடிக்கு ஜாநியை குளிப்பாட்டி விட்டார். கணவனின் ஞாயிற்றுக்கிழமை சுறுசுறுப்பை கண்டு ஆச்சரியப்படலானார் மங்களம் அம்மையார்.

ஜாநியால் அன்றே சூதாட்ட வருமானத்தால் தவிர்க்கப்பட்ட தேவைகளை பூர்த்தி செய்ய முடியும் - அன்று அவனையும் நாற்காலியையும் பிரிக்க முடியாது என உணர்ந்த கோதார் சேம்பரை ஞாபகப்படுத்திவிட்டு வேறொரு ஆளை எழுப்ப கிளம்பிச் சென்றார்.

நகரம் அவன் அழைத்துக்கொண்ட உடனேயே அவன் சீட்டாட்டத்திற்குள் நுழைந்தான். எண்களின் புதிர்வழிகளில் சிக்கிக்கொண்ட அவன் மலர்களையும் அவன் முதற் பகற்கனவின் சிநேகிதனான வண்ணத்துப்பூச்சியையும் மாயப் பாதையில் தொலைத்திருந்தான். எண்களின் உலகம் சிறிதுகாலம் மதுவுடனான அவனது பரிச்சயத்தை தடை செய்திருந்தது. தொடர்ந்த வருடங்களில் எண்களுடனான உலகில் மதுவிற்கும் மதுவினாலான உலகத்தில் எண்களுக்கும் பயந்தே வாழ்ந்தான். இப்பயமே அவனை சீராக ஓட்டிக் கொண்டிருப்பதாக நம்ப ஆரம்பித்துவிட்டதால், எண்களும் மதுவும் அவனுக்கு ஆன்மீக பலம் அளித்து கொண்டிருப்பதை இன்றும் நேரிலே காணலாம்.

போதுமான அளவுக்கு பணம் சேர்ந்தால்கூட எழுந்து விடலாம். நூறு ரூபாய்களுக்கு டோக்கன் வாங்கினான். ஒரு பக்கம் மட்டுமே உள்ள உலோகங்கள் அவை. அவன் தோல்வியுற்ற தினங்களில் மட்டுமே சக சூதாடிகள் அவனை வெறுப்பார்கள். அவனது வெற்றி யாரையும் பழி வாங்கியது இல்லை. 2.30 கவி கணிசமாக டோக்கன்கள் குவிந்திருந்தன: அரைமணிக்கு ஒருமுறை டோக்கன்களை இவன் எண்ணுவது சக ஆட்டக்காரர்களுக்கு எரிச்சலூட்டும் விஷயம். இத்தனைக்கும் அவன் புதியவனல்லவன். ஆனாலும் எண்களும் அத்தியாவசிய தேவைகளும் நிரம்பிய உலகத்தில் ஜாநி மிகவும் பயந்துதான் போயிருந்தான். நாலு மணிக்கு எழுந்து விடலாம் என எண்ணிய நேரத்தில் டொனேடர் நாமகரணம் கொண்ட செல்வா நுழைந்தார். கற்பூரத்தை ஏற்றி அதில் மூன்று முறை எச்சிலைத் துப்பி தன் தோல்வியின் ஞாபகங்களை எரித்துவிட்டு ஆட அமர்ந்தார்.

ஜோக்கர் 6 எப்போதும் சறுக்கி விட்டதில்லை. சின்ன காயங்களோடுதான் தப்பித்து இருக்கிறான். கண்ணெதிரிலேயே டோக்கன்களை செல்வாவின் கற்பூரம் விழுங்கியது. மீண்டும் ஜோக்கர் 6. மைனஸ் 150 என்ற நிலையில் யார்தான் எழுந்திருக்க முடியும்?

எழுபவன் எதற்கு சீட்டாட வரப்போகிறான் என்பார் சண்முகம். 6 அவருக்கும் மிகவும் ராசியான எண். அவன் நேரம் 5 மணி என முடிவுசெய்து மீண்டும் 100 ரூபாய்க்கு டோக்கன் வாங்கினான். ஆறினால் உண்டான 50 ரூபாய் கடனையும் அடைத்தான். எழுந்து குளிர்ந்த நீரால் முகம் கழுவிய பின், சிறுநீர் கழித்துவிட்டு சிகரெட் ஒன்றை பற்ற வைத்துக் கொண்டான். கொஞ்சம் கொஞ் சமாக இழந்ததை மீட்ட சமயத்தில் வேகமாக படியேறியபடி சீட்டுக்கட்டினுள் கோதார் நுழைந்தார். அவன் ராங்-ஷோ செய்து மீட்டதை இழந்தான்.

தொடர்ந்த ஆட்டங்களில் எண்களோடும் பூக்களோடும் இவற்றுக்கு இடைப்பட்ட வெண்மை பிரதேசங்களிலும் கோதாரின் சஞ்சாரம் துவங்கியது. 6- லிருந்து 9- க்கு தாவினார். ராஜாவின் ஒற்றைக்கண்ணை மூடியபடி ஹார்ட் ராணிக்கு முத்தமிட்டார். பூவிற்கும் வெண்மை பிரதேசத்திற்கும் இடைப்பட்ட சூன்யத்தைக் குறைத்தார், அதிகரித்தார். கணிதத்திற்கு சவால் விடும் அவரது புதிய புதிர்களால் எண்கள் தடுமாற, புதிய கணக்குகளுக்கு இரையாகி, விலையாக டோக்கன்களை இழந்து கொண்டிருந்தான் ஜாநி. (நிறங்களை மறந்து விடாதீர்கள்). எண்: பூ: வெண்மை பிரதேசம்: நிறம் என தொடர்ந்தது. பயணம்.

லீ ஸ்கூட் விடுமளவுக்கு கோதார் தன் பயணத்தில் வெற்றி பெற்றிருந்தார். இரு முறை ஃபுல் கொடுத்த ஜாநியை சக ஆட்டக்காரர்கள் பரிதாபக் கண்கொண்டு நோக்கினார்கள். சண்முகம் "ஆடலேன்னா, விட்டுப் போய்யா, ஃபுல்லாக் கொடுத்து ஏன்யா என் சீட்டையும் சாவடிக்கிறே" என இரைந்தார். திருப்பி திட்டுமளவுக்கான டோக்கன்கள் அவனிடம் இல்லை என கௌரவமாய் அவனை ஒப்புக்கொள்ள வைத்தார் கோதார்.

சண்முகத்திடம் 50 ரூபாய்க்கான டோக்கனை கடனாகப் பெற்று இடம்மாறி அமர்ந்தான். அடுத்த ஆட்டத்திலேயே அத்தனையும் விழுங்கி கோதார் விட்ட ஏப்பம் மூளையுள் ஒலிக்கவும் ஆட்டத்தை விட்டு எழுந்து ஜாநி ஆத்திரம் தாளாமல் கோதாரை செருப்பால் அடிக்கவும் செய்தான். அவனாடிய மேசை அவனுடைய வெளியேற்றத்தால் குலுங்கிச் சிரித்தது.

நேராகக் கழிவறைக்குச் சென்றவன் பெண் பிம்பங்களை தேடி அதில் வெற்றியும் பெற்று இன்புற்று கோதாரையும் விரட்டினான். ஒரு தீர்வை கண்டதுபோல் சுறுசுறுப்படைந்து சாலையை அடைந்தான். பேருந்தின் போனால் சேம்பருக்கு 15 நிமிடங்களில் போய்விடலாம்

என எண்ணினான். ஆட்டோவினால் 5 நிமிடங்களில் போகலாமே என்றார் கோதார். கோதாரை முறைத்த வண்ணம் வந்த பேருந்தில் ஏறி நின்றான். எட்டாவது நிறுத்தத்தில் அவன் இறங்க வேண்டும். மூன்றாவது நிறுத்தத்தில் இருந்து 6- நிறுத்தம்வரை அவன் சிந்திக்க முடிவு செய்தான். சிந்தனையின் விளைவுகளை இக்கதையிலே காணலாம். மேலும் கதையிலே காணக்கிடைக்காத பகுதிகளில் அவன் அச்சினிமாவின் கட்டாயத்தை சிந்தித்தான். சிந்தனையின் மையத்தை அடையும் முன்னே அவனுடலில் உரசிய நைலக்ஸ் புடவையொன்று சிந்தனையை தாறுமாறாய் கலைத்தது.

உடலில் உஷ்ணமேற்றிய அப்புடவையானது ஜீன்ஸின் தோலில் ஊடுருவி ஜாநியின் சதையை தொட்டதை கண்ட கோதார் அவனிடமிருந்து வெளியேறினார். (முன்பும் இது மாதிரியான ஒரு புடவைதான் அவனுடைய ஈகோவையும் கிழித்தது. அது அவன் அலங்காரங்களின் ஆரம்பகாலம்). ஜாநி விழித்துக்கொண்டு கால் சட்டையின் ஜிப்பை சற்றே நெகிழ்த்தினான். ஏழாவது நிறுத்தத்தை வண்டி அடையவும் நைலக்ஸ் விடைபெற கோதார் நுழைந்தார். நுழைந்த கோதார் அவன் கண்ணிற்கு புலப்படவும் வந்து சேர்ந்தது எட்டாவது நிறுத்தம். மணி 6:30 என அலறினார் கோதார். அவன் இறங்கும் முயற்சியில் இருந்த சமயம் பெண்ணின் பேரலறல் ஒன்று திடீரென்று எழுந்த காரணத்தால் பேருந்தில் இதயம் சற்றே நின்றது.

தாலிக்கொடியை களவு கொடுத்துவிட்ட பெண்ணின் அலறலையும் மீறி முன்னேயும் பின்னேயும் ஹாரன் ஒலிகள் கேட்டுக்கொண்டிருந்தன. அப்பெண்ணின் கதறலொலி மேலும் பெருகவும் மதி மேகங்களூடே வெளிப்பட்டாள். கதிரவனின் பொற்கிரணங்கள் அந்நிலைக்கு வர்ணம் பூசவும் கோதார் துரிதப்படுத்தினார். தாலிக்கொடியை களவாடியவனை தேடிக் கூட்டம் ஒன்று வடக்கே ஓடியது. ஜாநியும் சாலையின் மையத்தடுப்பை தாண்டி சேம்பர் நோக்கி வடக்கே ஓடினான். இருவரையும் பிரித்தது சாலையின் மையத்தடுப்பு. சாலையைத் தாண்டும் முயற்சியில் பேருந்து ஒன்றால் கோதார் தாக்கப்பட்டார். வியர்க்க விறுவிறுக்க நுழைந்த அவனை முழுவதும் வரவேற்றார் சாப்பின்.

சூரியனை நோக்கி தனது துப்பாக்கியால் சுட்ட பொய்க்கார்டை பிரெஞ்ச் போலீஸ் துரத்துகிறது. அவனுடைய இத்தாலியக் காதலி தொலைந்து போய் பெயராக மிஞ்ச ஆரம்பித்த கணங்களில் மொசார்ட்டின் கொம்பு இடியின் காம்புகளுள்ளே தோன்றி பூமியை நோக்கி வளர ஆரம்பித்த சரித்திர நிகழ்வுகளில் பொய்க்கார்டின்

இன்னொரு காதலியின் நிலவறைக்கதவை உடைத்து உள்ளே நுழைந்தது கொம்பு. கொம்பின் மாயப்பாதை வழியே நடந்து காதரீனை முத்தமிட மீண்டும் வானில் முளைத்த இடியோசையில் தொலைந்து போய் கிளாரினெட்டாய் திரும்பிய கொம்பை உதாசீனப்படுத்துவது காதரீனின் பிருஷ்டம்.

“இன்று நான் மிகவும் சந்தோஷமாயிருக்கிறேன், உனக்கு ஏன் வியர்க்கிறது கொவசெக்?”

“ஒன்றும் இல்லை காதரீன் உன் உதடுகளை நோக்கி ஓடி வந்தேன்”.

குரங்குக் குட்டியாய் மாறினாள் காதரீன். அவள் பிருஷ்டத்தை தடவியபடி அவள் பர்ஸின் இருப்பிடத்தை உறுதி செய்தான்.

“பர்ஸில் ஒன்றுமில்லை, பணம் என் கைப்பையில் இருக்கிறது. உனக்கு என்ன தேவையோ எடுத்துக்கொள். ஆனால் இன்று இரவு நீ எனக்கே சொந்தம், மேலும் உன் பற்றாக்குறையை தீர்க்க என் தோழிகள் பலர் காத்துக்கிடக்கிறார்கள்”

தூங்கி எழுந்த சாப்பின் வயலின்களால் பல் துலக்க ஆரம்பித்தார்.

“தேவையில்லை, இன்றைய தேவை பணமல்ல” என காதரீனின் உதடுகளை மூடுகிறான்.

என்னுடைய சந்தோஷமான தருணங்களில் சாப்பின் என்னுடன் இருப்பதை விரும்புகிறேன். அந்த இசை தொலைந்து போன மூதாதையர்களையும் அவர்தம் கல்லறைகளையும் நினைவு படுத்துகிறது. நீயும் உடல்களை நினைவுபடுத்துகிறாய்

உடைகளை களையச் சந்திரோதயம்.

ஆரோகணங்களின் ஆரம்ப தருணங்களில் சாப்பின். அவரோகணத்தின் சாயலில் முடியும் முதல் முயக்கம். சம்பிரதாய பயிற்சிகளுக்கு பின் சஞ்சாரத்தில் ஈடுபட்ட சாப்பின் ஒற்றைப் புள்ளியை அடையும் முன் சோர்வடைகிறார்.

சோர்வினூடே பொய்க்கார்ட் எழுகிறான் / காதரீன் கைப்பையை தேடுகிறான் / இருட்டு அவனை மிகவும் சோதிக்கிறது / கைப்பையை காண்கிறான் / இருட்டு அவனுக்கு உதவுகிறது / கையை உள்ளே விட்டு பணத்தை சட்டையினுள் திணிக்கிறான். முனங்கல்களூடேயான ஆழ்முத்தமொன்று அவளுதடுகளில் இறங்கும் சப்தம் / நிலைய வித்வான்கள் தூங்கப் போகிறார்கள். அவன் வெளியேறுகிறான் / அவள் பாஸ்டர்ட் என்று முனகியவாறு மங்கிய சாப்பினை

அணைக்கிறாள். சாலையை அடைகிறான். நின்றிருந்த கார் ஒன்றை கிளப்ப பகல் ஒன்றுக்கு வந்து சேர்கிறது வண்டி.

மதியம், பேப்பர் விற்பனைக்கு தயாராகி விட்டது. முத்தங்கள் கொடுத்து செய்திதாளை விலைக்கு வாங்குகிறான்.

பல பெயர்களுடன் உலவும் அவனை... பிரெஞ்சு போலீஸ் துரத்துகிறது முன்னாள் புகைப்படத்தில் அவன் பெயர் கொவசெக்.

"எப்படி இருக்கிறாய் ரூடி இம்முறை எப்படியும் இத்தாலி சென்று விடுவேன். இத்தாலியிலிருந்து எங்கு செல்லலாம்?"

"இன்றிரவு நீ தயாரா?"

"மன்னிக்க வேண்டும் இன்றிரவு என் ஆண்... நண்பனுக்காக ஒதுக்கப்பட்டு விட்டது" "அவன் காத்திருப்பான்"

"நீ வெறியுடன் கடித்த உதடுகளை நீதானே சீர்படுத்தவேண்டும்".

"இன்று எனக்காக வேறு உதடுகள் காத்திருக்கின்றன. உன் முறைக்கும் முன்னமேயே நீ அழைக்கிறாய். உன்னை நான் இன்று எதிர்பார்க்கவில்லை.

"இன்றுதான் வந்தேன். குற்றங்கள் மிகுந்துவிட்ட வாழ்க்கைக்கு முற்றுப்புள்ளி இடுவதற்கான பணம் இந்நாட்டில் மாட்டிக் கொண்டுவிட்டது

ரூடி. உன் அறைச்சாவியாவது கண்டிப்பாய் வேண்டும்..."

"முடியாது கொவசெக், போனமுறை நீ வந்து போனபின் போலீஸ் மிகவும் தொந்தரவு செய்தார்கள். கால் கேர்ள் என்று சொல்லி சமாளித்தேன்"

"நாளை"

"பார்க்கலாம்"

அவர்களுக்கு அருகே கார் ஒன்று விபத்துக்குள்ளாகியது / சிறுமி ஒருத்தி காயம் அடைகிறாள் / கூடி விலகும் கூட்டம் / கொவசெக் அக்கறை கொண்டான் அல்லன் / ரூடி விரைகிறாள்.

ஏன் ரோஜர் அச்சிறுமி அடிபட்டது உனக்கு ஒரு பொருட்டாகப் படவில்லையா? என்னைக் கேட்ட கேள்வியை உன்னிடமே கேட்கிறேன் ரூடி? அந்தக்கார் தான் போலீஸ்

அடிபட்ட சிறுமிதான் நான்

சிறுமிக்கு அருகே செல்லாத நான்தான் நீ.

சூரியனை நோக்கி இறக்கை விரித்து பறக்கும் பொய்கார்ட் பூமி திரும்பிய அவனுக்கு நிழல் தர காளான் ஒன்று சூரியனை மறைத்து விரிகிறது.

கதவு தட்டல்களும், போலீஸின் விசில் சப்தமும் பின்னணியில் ஒலிக்க பிரளய காலத்தின் வரவிற்காக பாடி ஓயும் குருட்டுச்சிறுமியர். காசு போட்டபடி நகரும் ஜனம்.

எப்படி இருக்கிறாய் மரியா?

"நான் எப்போதும் போலவே ஆர்வமாய் இருக்கிறேன். இவ்வரவு என் மனதிலும், அழகு முகத்திலும் பயத்தின் நிழலை கக்குகிறது. என்னுள் பொங்கும் இப்புதிய பரிமாணம் உன்னை நாடவைக்கிறது. பொய்க்கார்ட் ரகஸியம் விடுபட விடுபட உன்னைச் சுற்றிய அற்புதங்கள் சுருங்கிச் சுருங்கி மறைவதும், நீ ஒவ்வொருமுறையும் என்னைப் பற்றிய புதிய ரகசியங்களை போர்த்தி வருவதும் புதிதல்லவே! வா! புதிய ரகஸியங்களை தொடர்ந்து போர்த்திவா.

அவர்கள் மரியாவின் அறையை அடைகிறார்கள் / பணத்தை மீட்க மீண்டும் போன் செய்கிறான்.

ஏன் சோர்ந்து இருக்கிறாய் ரோஜர்?

மரியா, இப்பெயரை எப்படி நீ அறிந்தாய்?

இதோ செய்திகளைப் பார்.

"மரியா என்னை விடவும் என்னைப் பற்றிய செய்திகளே போலீஸிடம் போய்ச் சேருகின்றன போலும். நான் மட்டும் அறிந்த என் ரகசியங்களை உன்னைப்போல் போலீஸூம் சேகரிக்கிறது. என் ரகசியங்களின் புதிர் வழிகளாலன்றி நான் வேறெதாலும் தப்பமுடியாது போலிருக்கிறது".

ஏன், உன் சிரிப்பில் சோர்வு மட்டுமே மிஞ்சியிருக்கிறது?

"நான் என் குற்றங்களின் புதிர்வழிகளில் சிக்கிக்கொண்டுள்ளேன்... மீள்வதே என் குறிக்கோள் என செய்தித்தாளில் காணப்படும் செய்தி கூறுவது மிகவும் உண்மை", உன்னுடன் ஆன சிரமமில்லா வாழ்க்கையின் கனவுகள் வேறு குற்றங்களின் புதிர் வழிகளுக்கு

வலுவூட்டுகிறது மரியா? பாரிஸில் மாட்டிக்கொண்டுள்ள பணம் மீட்கப்பட்டாலன்றி எனக்கு விடுதலை கிடையாது!

"நான் இப்போது முழுநேர பத்திரிகையாளி ஆகிவிட்டேன். இன்றிரவு என்னை தொந்தரவு செய்யாதே பொய்க்கார்ட். நான் நாளை மிகப்பெரிய எழுத்தாளர் ஒருவரை பேட்டி காணப்போகிறேன்".

மரியா எரிச்சலடைகிறாள் / நெடிய முத்தமொன்று நிலவிலிருந்து கிளம்பி சாளரத்தின் வழியே புகுந்து அவள் எதிர்பாராத தருணத்தில் பொய்க்கார்ட் மூலம் அவள் உதட்டில் இறங்க கோபமுற்ற மரியா அவனை அறைகிறாள் / மரியா அவனை அழுந்த அணைக்கிறாள் / அழுத்தத்தின் உச்சத்தில் எழுந்தவள் சிந்தனையாளரின் வாய்ப்பை சுழலவிட அதிமாகும் தேர்வுகள் / இப்போது மூழ்கிய மெதுவான நிலவால் (விணிணிண) புறக்கணிக்கப்பட்ட பொய்க்கார்ட் முத்தம் / ஆடைகளைத் திருடிப்போகும் பொய்க்கார்ட் / சரியான நிலா / luna / சிந்தனையாளரை உறைய வைத்தான் I don't know Bach Chopin is disgusting.

உனது உதடுகளை ஒத்திப்போடும் இசை எனக்குத் தேவையில்லை மரியா?

இசையைத் தவிர்க்கும் உனது ரகஸியங்கள் விடுபட்டுவிட்டன பொய்க்கார்ட். உனது அற்புதங்கள் தொலையாதிருக்க வேறு ரகசியங்களை என் மேல் போர்த்து / பொய்க்கார்ட் அவளின் வேகம் மெதுவாய் அவனுள் இறங்க சிரிக்கிறான்.

உன்னுடைய மாற்றம் எனக்கு இன்பமளிக்கிறது பொய்க்கார்ட் நிஜம் தானே?

ஆம்

Eroticism is form of Love. Love is form of Eroticism.

பொய்க்கார்ட் அவள் பாவாடையைத் தூக்கிப் பார்க்கிறான். மரியா அவனை அறையவும் திரையில் முளைக்கும் மொழிகள் நட்சத்திர வடிவங்கள்.

"பயத்தினால் உண்டாகும் வியர்வை பிறந்து பாகங்களிலும் இறங்கி ஆங்காங்கே தேங்கி நிற்கவும் செய்தது. அவன் நிர்வாணி ஆனான். நிர்வாணத்தோடு படம் பார்ப்பது இதுவே தனக்கு முதன்முறை என நினைத்ததோடு இவ்வாறான சந்தர்ப்பம் தனக்கு வாய்த்ததை எண்ணி இறுமாந்து அதனை தன் மொழியில் பதிவு

செய்ய வேண்டும் என நினைத்தவன் உற்சாகத்தின் மிகுதியால் திரையினுள் நுழையவும் செய்தான்”

பொய்க்கார்ட் தனக்கு திடீரென முளைத்த நிழலைக்கண்டு பயந்தான். ஆனாலும் அதைத் தற்காலிக அலட்சியம் செய்த வண்ணம் மரியாவை நோக்கி பேசலானான் !

“மரியா, என்னன்பே, முன்பொரு சமயம் ஆயிரம் திமிங்கிலங்கள் கூடும் கடற்கரை ஏகாந்தத்தில் வியர்வை சொட்ட நிர்வாணமாக ஓடிய உன்னை நான் துரத்திப்பிடித்து மணலில் தள்ள உன் முலைகளின் மணல் முத்துக்கள் அழுந்த நாம் புரிந்தக் கலவியை இன்னும் நாம் மறக்கவில்லை. அக்கலவியை அடையும் பொருட்டே நாம் கலவிகளை புரிந்துகொண்டிருக்கிறோம் என நேற்று நள்ளிரவில் நீ கூறவில்லையா ?”

“பின்பொரு சமயம் நிலவு தன பிரஜைகளை தொலைத்த வானத்தினடியில் உன் அக்குளை தான் தேட ஊற்றப்பட்ட ஸ்விஸ் வொய்ன் விலையையும் நீ வெறுத்தாய் இல்லை. நீ உன் கழிப்பறையில் ஒட்டிக்கொண்டிருந்த புராதன ஓவியம் உன் பிருஷ்டங்களை மறைத்ததற்காக நான் அவ்வோவியத்தைக் கிழித்தெறிந்தபோது உன் உதடுகளில் ஊறிய உன் உதடுகள் எப்போதும் உன் வசம்தான் ஆக...”

“போதும் Poiccard, என்னுள் பதுங்கிக் கிடக்கும் நானறியா என் ரகஸியங்கள் எனக்கு தேவையானவை. நான் இங்கே அவை எனக்கு மிகவும் வேண்டும். உன் சொற்களால் ரகஸியங்கள் மீது புனையப்பட்ட அற்புதங்களைக் கிழித்தெறியாதே. உன்னை விடவும் என் ரகஸியங்கள் எனக்குத் தேவையானவை”

“The times that are chang’ng” தோன்றி மறையும் சுவரொட்டி சூழ்ந்த, இந்த அறையை நேசிக்கிறேன் மரியா. உன் அறை தூண்டிய குற்றங்கள் அநேகம். என்னுடன் பயணிக்கும்போது எப்போதேனும் ஒரு காரை மறுமுறை உபயோகப்படுத்தி இருக்கிறாயா” உன் நினைவில் குலுங்கும் சாவிக்கொத்துகளை சற்றே நினை. பொய்க்கார்ட் எழுந்து அவளை முத்தமிட முயல்கிறான். “அற்புதங்களை கிழித்தெறியும் நீயும் உன் பாழும் சொற்களும், ஆளை விடு.

நிலவு மேகங்களூடான பயண காலங்களில் Police: Poiccard, Maria அவனைத் தொடரும் அவனுடைய இரு நிழல்கள் / துப்பாக்கிகளின் உருளும் சப்தம் / கங்கா, ஒரே தந்தை ஜாக்பாட் ஜாங்கோ, சில டாலர்களுக்காக குன்று, ஜேம்ஸ் டீன், சுவரில் பதுங்கி பதுங்கி வல்லவன் ஒருவன் / கண்ணிழந்தவர் சுட சிதறி மரணிக்கும்

காளைகள், ஓடும் குதிரைகள் / சூரியனைச் சுட்ட Poiccardடிடம் சிக்கிக்கொள்கிறாள் மரியா.

இவன் பாரிஸிலிருந்து நகர்ந்தாலன்றி நான் நிம்மதிக்கமுடியாது.

அவனுடைய விடுதலை, இவளின் தப்பிப்பு / சுய நலம் தலைதூக்க உதவ நினைக்கும் மரியா

சுயநலமற்ற காட்டிக் கொடுத்தல் போதும் மரியா

நீ தப்பித்தால் போதும் Poiccard

அவளுடைய கேள்விகளுக்கு உற்சாகமாய் பாக்னர் பதிலளிக்கிறார்.

What Music do you take to hear?

உதடுகளை ஒத்திப்போடும் இசை எனக்கு வேண்டாம்.

I don't know Bach, Chopin is disgusting

குற்றவாளிகளைப் பற்றி?

They are beautiful, I know them they are not disgusting

நீங்கள் எவ்வாறு இறக்க விரும்புகிறீர்கள்?

I want to be immortal and I wish to die

What to you prefer nothing to grief – stricken?

I wish to die.

அவருடைய பதில்களால் மரியா அசூயை அடைகிறாள்.

பொய்க்கார்ட் மனிதர்களை ஏன் பேட்டி எடுக்க வேண்டும்?

உனது உதடுகளை ஒத்திப்போடும் பதில்களை நான் விரும்பவில்லை மரியா.

சைரன் ஒலியினூடே தப்பித்து ஓடுகிறான் பொய்க்கார்ட். அவனைத் தொடர்ந்து ஓடும் குட்டியும் நெட்டையுமான இரண்டு நிழல்கள்.

மரியாவின் நினைவில் அவளுடைய பிருஷ்டங்களை பொய்க்கார்ட் தடவிக்கொண்டிருந்தான்.

"செயல்களை நோக்கிய எனது ஓட்டம் ஏன் செயல்புரிவோர் மேல் கோபத்தை உண்டாக்குகிறது? ஏன் என் கண்ணாடி இவ்வளவு சொரசொரப்பாய் இருக்கிறது?"

என் இசையை அவன் வெறுக்கிறான்.

என் முன்னேற்றத்தை அவன் தடுக்கிறான்.

அவன் எல்லைகளில் என்னை கரைக்க விரும்புகிறான்.

நான் நழுவிப்போகும் தருணங்களில் என் உதடுகளை நேசிக்கிறான்.

திருடுவதற்கான பௌதீகக் காரணிகள் இவனுக்கு மட்டுமா சொந்தம்.

இவனை காட்டிக்கொடுக்கும் கட்டாயத்திற்கு நான் ஏன் தள்ளப்பட்டேன்.

பயணக்காலங்களில் பேட்டரி திருடர்களின் Black mail / பாழடைந்த கழிவறைகளில் மது அருந்தும் பெண் ஜோடிகள் / உபயோகித்த ஆணுறையில் உருகும் கடிகாரம் / மாறி விழுந்த கோமாளிக்காய் கத்திக்குத்து / விண்ணை முட்டும் நைலான் புகைகள் / குருட்டுப் பெண்ணின் மார்புகளில் புரளும் ஏராளமான கைகள் (பின்னணி இசை உண்டியல்கள் குலுங்கும் சப்தம்) / ஹோமோ செக்ஷுவல்களின் good – night - / புறக்கணிக்கப்பட்ட கழிவறையில் பாக்னர். I want to be immortal and I wish to die. / கன்வேயர் பெல்டில் எதிரெதிர் திசையில் கிளம்பும் ட்ராலிகள் / திரையைக் கடக்க ஒன்றில் மரியாவும் போலீஸும் இன்னொன்றில் தன நிழல்கள் புடைசூழ பொய்க்கார்ட் / காரைத் திருடுகிறாள் மரியா / அவனைக் காட்டிக்கொடுக்கும் கட்டாயத்திற்கு நான் ஏன் தள்ளப்பட்டேன்.

Burglars are always Lovers

Lovers are always Squalers

Squalers are always Burglars.

இரு பாதியாய் பிரியும் திரை.

Poiccard போன் செய்ய, அவனுள் விரியும் இத்தாலிய கனவு Get me a fresh Pass-port under the Name Jhony I am waiting for you	எப்படியும் வந்து விடுங்கள். அவன் நகராதிருக்க நான் உத்திரவாதம் please help me

சேரும் ட்ராலிகள்

சூரியனைத் தோட்டா ஒன்று தொட்டுவிட்டு எரிந்து / போலீஸால் துரத்தப்பட்ட பொய்க்கார்ட் சுடப்பட்டு விழுகிறான் / குண்டு பாய்ந்த அவன் நெஞ்சை சட்டையை விலக்கிப் பார்க்கிறாள் மரியா / பொய்க்கார்ட்டின் கழுத்தில் தொங்கிக் கொண்டிருந்தது பேருந்தில் அபலைப்பெண் இழந்த தாலி / தாலிக்கொடியின் தங்கம் சிதறி ஒரு மூலையில் போய் விழுந்து கிடந்தது / தங்கத்தின் இடத்தில் தொங்கிக் கொண்டிருக்கிற தோட்டா / சிதறி விழுந்த தங்கத்தை பொறுக்கி எடுத்தான் பொய்க்கார்ட்டின் குட்டையான நிழல் / திரையிலிருந்து அரங்கில் விழுந்தான் ஜாநி.

நட்சத்திரங்கள் வார்த்தைகளாக மாறி மின்னும் வானை நோக்கி எழும்பும் கண்கள் திருடனுக்கான உண்மைக் காதலும் தப்பிப்பதற்கான காட்டிக் கொடுத்தலும்

திருடியதற்காக ஓடிய அவனும்

படத்திற்காக ஓடிய நிழலும்

மரணத்திற்கான கதையும் கதையின் மரணமும்

அரங்கிலிருந்து வெளியேறினான் ஜாநி. எப்போதும் போல் அழைத்த நண்பர்களைக் காணோம். மேகத்தில் ஏற்பட்ட சிறுதுளையின் வழியே வெளியேறுகிறார் கோதார். வீட்டை அடைந்தான் ஜாநி. அவன் காண இல்லாது போன நண்பர்களுக்காய் சோர்வடைந்த முகத்தைக் கழுவி கண்ணாடி அருகே சென்றான். கதைதனிலே குரூரத்தைப் போல தனக்கும் பங்கு இல்லையென சோர்ந்த முகத்தோடு காபி கொடுத்தார் மங்களம் அம்மையார். சிரித்தது கண்ணாடி. சிரிப்பு தன் ஆழம் தேடிப் பிரயாணப்படலாயிற்று. தாலித்தங்கத்தைக் கையில் எடுத்தான். ரிலையன்ஸ் என்று முனகியவாறே இழுப்பறையில் முடக்கினான். கண்ணாடியின் ஆழத்தில் பொய்க்கார்ட் இவனைப் பார்த்து கேலியாக சிரிக்க, பின்னால் யாருமில்லாத தைரியத்தில் ஜாநியும் சிரித்தான். கண்ணாடியில் மாறி மாறி சிரிப்பொலி மின்னவும் பொய்க்கார்ட்டைப் பிடிக்க கண்ணாடியுள் இறங்கினான் ஜாநி. பொய்க்கார்ட், ஜாநியின் நிழல்களைத் தேடி திருச்சூருக்குப் பயணமானான். கண்ணாடியுள் பொய்க்கார்ட் தேடி தொல்லையுற்ற ஜாநி கண்ணாடியுள்ளிருந்து வெளிவர முடியாமல் அதிலே சிறைப்பட்டான். விரக்தியில் ஜாநி விட்ட பெருமூச்சு விண்ணையும் முட்டவும் நிலா மகள் மேகங்களூடே வெளிப்பட்டாள்.

கதையினை முடித்தார் விக்கிரமாதித்யன்.

தமிழ் - க - கருமமே கண்ணாக இருந்தான்.

வேதாளம் வழக்கமான நிபந்தனையோடு, கேள்வியைக் கேட்டது "இக்கதையில் ஜாதகாவின் நிழல் யார்? பொய்க்கார்ட்டா அல்லது ஜாநியா?"

தமிழ் - க-வும் "வேதாளரே இக்கதையின் சம்பவங்கள் இறந்த காலத்தில் என்னால் அறியப்பட்டது தான். நான்தான் ஜாதகாவின் நிழல் போலும்" எனக் கூறி தன மார்பில் புரளும் தாலிக்கொடியை காட்டினான்.

வேதாளம் இவனுடைய பதில் சரிதானா? என ஆராய இறங்கிய வேளையில் தாழம்பூ மணப் பின்னணியில் வட்டமாய் அமைந்திருந்த மருதமர நிழல்கள் ஒன்று சேர்ந்தன. அவை ஒரு பெருமர நிழலால் உருவெடுக்க வெடித்துச் சிதறியது வேதாள உடல். விக்கிரமாதித்யன் தோன்றினார். பின் இதுநாள் வரை தொலைந்துபோன தன்னுடலை நீரிலே காண நதிக்கரைக்குத் தாவினார். நதியிலே தன்னுடலைக் கண்ட பேரானந்தத்தில் அவர் பேசலானார்.

"தமிழ்- க -வே மிகவும் நன்றி. உமதறிவையோ அல்லது உனது அனுபவத்தையோ நாம் மெச்சுகிறோம். என் கதாசிரிய வாழ்வைக் கொன்றதற்கு மிகவும் நன்றி, நீர் எவ்வாறு அக்கண்ணாடியிலிருந்து வெளியேறினீர்? போகட்டும் வேண்டுவன கேளும் தரச்சித்தமாயிருக்கிறோம்."

"கண்ணாடியுள்ளிருந்து நோக்குங்கால் சூன்யம் விரியக்கண்டேன். காலியாய் கிடந்தது எதிரே அறை. என்னைக் காணோம். உடலை மட்டுமே காட்டும் கண்ணாடியின் தோல்வியை உணர்ந்த உடனேயே வெடித்துச் சிதறியது கண்ணாடி. பின் வெளியேறினேன்.

கதைகள் அடங்கிய அந்த ஓலைச்சுவடிகளை தந்தால் அதுவே எமக்கு போதுமானது"

விக்கிரமாதித்யன் அவ்வோலைச் சுவடிகளைத் தமிழ் - க - விற்கு அளித்தபின் விண்ணைநோக்கிப் பயணப்படலானார்.

எழும்பிய விக்கியை சற்றே தமிழ் - க- நிறுத்தினார். "இக்கதைக்கு தலைப்புத்தான் என்ன?"

"முன் கதைச்சுருக்கம் என வைத்துக்கொள்ளும்" என்று கூறி மறையத் தொடங்கினார் விக்கி. மேகங்களின் தாழம்பூ மணமும் குடியேறியது.

வியாழனுறங்கி வெள்ளி முளைத்த சமயங்களுள் ஒன்றில் சந்திரனும் அல்டபிரான் என்னும் பெரு நட்சத்திரமும் அருகருகே வானவெளியில் சஞ்சாரம் செய்த காலத்தே கனிமங்களைத் தேடி அலைந்த யதுக்களின் கரிய வீரன் ஸ்ரீகிருஷ்ணன் நீண்டதும் நெடியதுமான தனது பயணத்தின் ஒரு முடிவில் நாகர்களுடன் சென்று காட்டினுள் நுழைந்தான். பிறகும் தொடர்ந்த கொரில்லா போர்களால் தனது திட்டம் அவ்வப்போது தடைப்படவே பெரும் படைகொண்ட மாயோனின் குறட்டிலும், குடையிலும், படுக்கையிலும், பாம்புகள் முளைக்க முளைக்க இனி தமக்குள் 'போர் வேண்டாம்' என நாகர்களும் யாதவர்களும் ஒப்பந்தம் ஒன்றைத் தீட்டினார்கள்.

நாகர்கள் சார்பாக இளவரசி குபேர-நாகா கையொப்பமிட்டு ஸ்ரீகிருஷ்ணனை மணக்கவும் செய்தாள் என சித்திரபாகவத கிளைக்கதையொன்று கூறுவதை நாமறிவோம். நாக-யாதவ கன்னி குபேர-நாக கிருட்டிணி III மலைக் குப்த மஹராசா (விக்கியின் பாட்டன்) மணமுடித்தார். இவ்வாறாய் நாக-யாதவ குப்த சமுதாயம் தோன்றியது. சரித்திரம் அறிந்த ஆன்றோர் அனைவரும் அறிந்த செய்தி. இவ்வினம் பின் போரை முற்றிலும் மறந்து. தொடர்ந்து போர்களில்லாமையால் வீர மரண விதி கொண்ட நாக-யாதவ- குப்த வீரர்களின் எண்ணிக்கை காட்டினில் பெருகியது. ஸ்ரீகிருஷ்ணனைப் போல் தந்திர மரணத்தை அறியாத காரணத்தால் அவன் காலத்திய வீரர்கள் வயது முற்றி ஆமைகளானார்கள். 'ஆமைகள் மிகுந்த சமுதாயம் உருப்படாது' என்ற வதந்திப் பழமொழி காடுகளில் ஒன்று முளைத்து வளரவும் ஆமைகள் அரசாங்கத்தால் காடு கடத்தப்பட்டன. துயரம் தோய்ந்த முகத்துடன் அவ்வாமைகள் நகரமேகி வித்தைக்காட்டி வயிறு வளர்த்தன பாவம்!

மிஞ்சிய இளம் வயோதிகர்கள் ஆமைத் தலையுடனும் மனித உடம்புடனும் மன்னன் ஸா-நா-காவை அடிக்கடி அணுகி வீர மரணத்திற்காய் இம்சித்துக் கொண்டிருந்தார்கள்.

ஸா-நா-கா வின் பாட்டனார் குமார நாக மகராசா ஒரு மதியப் பொழுதில் ராட்சத வல்லூறாக மாறிய பின்னரே மன்னர் பிரச்சனையின் தீவிரத்தை உணர்ந்தார். பின் அவர் மன்னன் விக்கிரமாதித்யரை அணுக நட்புப்போர் ஒன்றை வேண்டவும் செய்தார். /-16-ம் ஸ்லோகம். /நாகஸூக்தம். / அம்சநாகா ஜூப்ளி வெளியீடு,/ கும்பகோணம். /

சதுரம் - 1995

அப்பா, கனவு மற்றும் ஒரு கதை

ராணியை ஜோக்கராக வெட்ட ராணியின் உருவம் மறைந்து பறந்தது வெண்மை பரவிய சீட்டில் ஈ ஒன்று ஊர்ந்தது. ராணியின் பின்னால் பறந்து அவன் நதிக்கரை ஒன்றை அடைந்தான். அங்கே அவர்கள் அழுது கொண்டிருந்தார்கள். அவன் தந்தையினும் மூத்தவர் பேசலுற்றார். அவனும் அவன் தம்பியும் கோலிப்பழத்தை மேலே போட்டபடி சிலிர்க்கும் அவ்வால மரத்தையே உற்றுப் பார்த்துக் கொண்டிருந்தார்கள்.

"உன் நினைவுகளைக் கிழிக்கப் பார்க்கும் சாட்சிகள் நிரம்பிவிட்ட இவ்வூர் இனி வேண்டாம். உன் குழந்தைகளின் ஞாபகங்கள் வேறொரு வடிவத்தில் மீண்டும் தொடங்கட்டும். காலம் உனக்குச் சகல சௌகரியங்களையும் அளிக்கட்டும்."

உண்ணும் சமயத்தில் சாளரத்தில் நிலவு தோன்றவில்லை. ஓராண் வழிக்கதைகளை கூறலானார் அப்பா. எழுந்தபின் நிலவு மறைய விரியும் வானை விரித்த ஆளோடியை அவர்கள் நேசிக்கத் தொடங்கினார்கள். அப்பா அவர்களுக்கு நதியின் மேல் மரமாக போதித்தார். ஊருக்கு வடகிழக்கே ஓடும் நதியில் இரவு வேளைகளில் அவர்கள் புகுந்தார்கள்.

புதிய பள்ளிகள். புதிய சீருடைகள். ஊர் ஊராய்த் தாவிக் கொண்டிருந்தார்கள். அதே நதி திசை மாறி அனைத்து ஊர்களிலும் ஓடிக்கொண்டிருந்தது.

க்வீன் ஜோக்கர் அதிக பாயிண்டுகள் கொடுத்தார் அப்பா. க்வீன் ஏழாய் மாற அவர்களுள் இளையவன் பேசலானான்: "போன ஆட்டம் மட்டும் 7 ஜோக்கராயிருந்திருந்தால் நான் அடித்திருப்பேன்". தந்தையும் தனயனும் சிரித்தார்கள். சிரிப்பு வண்டாய் மாறி அவர்கள் வேறொரு வருடத்தின் நதிக்கு வந்தடைந்தார்கள்.

"அப்பா என் வகுப்பு மாணவர்கள் என் உயரத்தைக் கேலி செய்கிறார்கள். அம்மா குட்டை என்பதால்தானே நான் உயரமில்லாமல் இருக்கிறேன்? உயரமான அம்மாவை நீ மணம் புரிந்திருந்தால் நான் கேலிகளிடமிருந்து தப்பித்திருக்கலாம் தானே?"

"உயரமான அம்மாவை நான் கல்யாணம் செய்து கொண்டிருந்தால் பிறக்கும் நெட்டை ஆனவன் நீ அல்ல!. இக் குட்டைதான் நீ: உன் உயரத்தோடு நீ வாழ்".

அப்பாவின் கனிவான குரல் புரிதலுக்கு வித்திட்டது.

தம்பி பேசலானான் "அப்பா நீ வேறொரு அம்மாவை மணம் புரிந்து கொண்டிருந்தால் நான் தாயற்றுப் போயிருக்க மாட்டேனல்லவா?"

"இல்லை தம்பி, உயிரோடு இருக்கும் அம்மா நம் அம்மாவாய் இருக்க முடியாது. இறந்தவள், இறப்பவள் தான் நம் அம்மா. என்னப்பா?"

அப்பா அவனையும் அவன் தம்பியையும் அணைத்துக் கொண்டார். நதியில் மூழ்கி எழுந்தார்கள். அப்பாவின் வியர்வை வாடையில் நதியின் காற்று ஒளிந்து கொண்டிருந்தது.

டிவி பெட்டியில் ஆட்டம் தொடங்கி விட்டது. ஐந்தாறு வருடங்களில் கிரிக்கெட்டில் நன்கு பயிற்றுவித்திருந்தார். ஒருவன் பௌலராகவும் ஒருவன் பேட்ஸ்மேன் ஆகவும் அப்பகுதியில் அங்கீகரிக்கப்பட்டார்கள். வெயில் நகரும் மைதானங்களில் நிழலில் அமர்ந்து கைதட்டிக் கொண்டிருந்தார் அப்பா.

அம்ப்ரோஸ் வீசிய பந்து நல்ல அளவில் விழுந்து 116 மைல் வேகத்தில் விக்கெட் கீப்பரை அடையும் முன்னம் காம்ப்ளி அடித்த ஸ்கொயர் டிரைவ். பந்து எல்லையைக் கடக்க, ஒத்திப் போடப்பட்ட சீட்டாட்டத்தில் சரித்திரம் வேறோர் நிகழ்ச்சிக்குத் தயாரானது.

ஒளியிழந்து விட்டது நகரம். கிருஷ்ணபட்ச சந்திரன் முன்பே வந்து விட்டான். அவர்கள் நதியை வந்தடைந்திருந்தார்கள். பனியை லேசாகச் சுமந்துவரும் காற்றில் தாமிர வாடை. அப்பா முகத்தைத்

துடைத்தவாறே கூறினார்: குழந்தைகளே, உங்கள் மனதால் நன்றாக உற்றுப் பாருங்கள். நம் முன்னோர்கள் வாழ்ந்த கணமொன்று நம் கண்முன்னே விரிகிறது பாருங்கள். சரித்திரத்தின் எந்தக் காலகட்டத்தில் நாம் வாழ்கிறோம் இப்போது?"

குழந்தைகள் வானில் பறந்து கொண்டிருந்த பறவைக் கூட்டத்தைப் பார்த்துக் கொண்டிருந்தார்கள்.

அவன் தனது முதல் ஸ்கொயர் டிரைவை அடிக்கும்போது அப்பாவின் வார்த்தைகளை நினைவு கூர்ந்தான்.

அவன் முகத்தின் முதல் பரு வெடித்தபோது அப்பாவைத் தேடி மூதாட்டி ஒருத்தி வந்து சேர்ந்தாள். கிழக்கும்-மேற்குமாக அடிக்கும் நதியின் காற்றை அவள் தன்னுடலில் தேக்கி வைத்து இருந்தாள்... நிலங்கள் தொலைந்து போன துயரம் அவள் கண்களில் வழிந்து கொண்டிருந்தது. மாட்டு வண்டியில் அவர்கள் வேறோர் ஊருக்குப் பயணமானார்கள். வைக்கோல் பரப்பி அதன்மேல் விரித்திருந்த சாக்குத்துணி ஈரத்தையும் உலோக வாடை ஒன்றையும் பரப்பிக் கொண்டிருந்தது. வண்டி நகர்ந்து கொண்டிருந்தது.

குயிலொன்று தொலைவில் கூவ வண்டியின் அச்சு முறிந்து கல் ஒட்டப்பட்ட சக்கரத்திலொன்று மாடுகளைத்தாண்டி ஓட வண்டி சரிந்தது. சிறிய காயங்களுடன் தூக்கம் கலைந்தது. அப்பா சக்கரத்தின் பின்னால் ஓடிக்கொண்டிருந்தார். அம்மூதாட்டி பலமாக அழத் தொடஙகினாள். அப்பாவைக் காணோம். அப்பாவைத் தேடி திசைகளில் அலைந்து தோல்வியுற்ற அவர்கள், நதியற்ற ஊர் ஒன்றிற்கு அம்மூதாட்டியுடன் பயணமானார்கள். மூதாட்டி தன் வியர்வையின் உதவியோடு அவர்களை அணைத்துக் கொண்டாள். பனைகளும் காகங்களும் நிரம்பிய வீடொன்றில் அவர்கள் குடியேறினார்கள்.

பனைகள் மட்டைகளை உதிர்த்தன. அவ்வோலைகளில் எழுத்துக்கள் காணக்கிடைத்தன.

1. பாரசீக வியாபாரி ஒருவர் பின்னால் அப்பா ஓடிக் கொண்டிருந்தார்.

2. தன் மனைவியைக் கொன்றதற்காய் சிறையில் வாழ்ந்து கொண்டிருந்தார்.

3. நதியின் மூலத்தைத் தேடி இன்னும் கல் சக்கரத்தின் பின்னால் அவர் ஓடிக்கொண்டிருந்தார்.

4. தொலை தேசமொன்றில் வேறோர் மனைவியுடனும் அவர் தம் குழந்தைகளுடனும் இல்லறத்தைத் துவக்கியிருந்தார்.

5. அரசாங்கத்திற்கு எதிரான போராட்ட - தலைமறைவு வாழ்க்கையில் பாதாள அறையொன்றில் வரைபட உதவியாளராய்ப் பணியாற்றிக் கொண்டிருந்தார்.

6. திண்ணைகள் சூழ்ந்த நகரமொன்றில் சீட்டு விளையாடிக் கொண்டிருந்தார்.

செய்திகளை அளித்துக் கொண்டிருந்த மரம் ஒரு பெரும் புயலில் ஓடுகளை இடித்து வீட்டினுள் நுழைந்தது. வானமற்றுப் போன அந்தப் பனைமரம் விளையாட்டுப் பொருளாகப் போக அப்பாவின் செய்திகளோடு அவர்கள் வளர்ந்து கொண்டிருந்தார்கள்.

அவனுடைய கல்லூரிப் பருவத்தின் அந்திமக் காலங்களில் ஆளரவமற்ற வெயில் நிரம்பிய பகலொன்றில் மூதாட்டி நதியின் வாடையை இழக்க நதியின் காற்றொன்று அத்தெருவினுள் நுழைந்தது. தொடர்ந்து கல் சக்கரம் ஒன்று அத்தெருவினுள் நுழைந்தது. அதன் பின்னால் நன்கு மழிக்கப்பட்ட முகத்துடன் ஒருவர் கனமாக சுமைகள் தோளில் தொங்க ஓடி வந்துக்கொண்டிருந்தார். அவன் சக்கரத்தை நிறுத்திப் பணியொன்றில் கட்டிப் போட்டான். நதியின் காற்று அடையாளம் தந்தையென அறிய உதவியது. வளர்ச்சியின் கன்னிப் பருவத்தில் இருந்த தம்பியை அவர் அணைத்து முத்தமிட்டார். அலங்காரம் செய்யப்பட்ட எலும்புக்கூடு ஒன்றை அவர் கண்டு கலங்கினார். அவர் கொண்டு வந்த மூட்டைகளைப் பிரித்தான் இளையவன். சீட்டுகட்டுகள் மட்டுமே காணப்பட்டன.

பனையோலைகளை அவர் முன்னே விரித்தனர். அவர் நாக்கு கல்லாய் மாற தொண்டையிலிருந்து புறப்பட்ட பதில்கள் எதிரொலித்து சூனியத்தில் அமிழ்ந்தன. கண்களில் நீர் பெருக அவர் குழந்தைகளை மாறி மாறி அணைத்துக் கொண்டார். வியர்வை புதிய காலத்திற்கு அழைத்தது. தம்பி பனை மரத்தில் கட்டப்பட்ட சக்கரத்தை எரித்தான். பின் அயர்ந்துறங்கிய அப்பிற்பகலில் கனவொன்றினால் அலறி எழுந்தான் அவன்.

வேறொருவரின் கனவென்று அவன் அறிந்தது இவன் நினைவே என்ற செய்தி முளைத்தது. கண்ட கனவை தன் நினைவன்றி வேறல்ல எனவறிந்த அவன் நான் ஆனான்.

சீட்டு விளையாடிக் கொண்டிருந்தோம். பூச்சிகளின் சத்தம் அடங்கி எழும் அமைதி. நதி மீதான மோகத்தை எரிந்த சக்கரம் கொண்டு போய்விட்டது. தேய்ந்து மறையும் மல்கோவா மாம்பழக்

குரல். அப்பா 320-ஐ நெருங்கிக் கொண்டிருந்தார். அவசரமாய் எழுந்த உடல் உபாதையாலும் ஸ்கூட் விட்ட அப்பா கொல்லைப்புறம் நகர்ந்து வெயிலுள் மறைந்தார். அதிதிகளின் வருகையின்மையால் தொடர்ந்து ஏமாற்றமடைந்த காகங்களின் கரைதலில் அடுத்த சுற்றுச்சீட்டு போட்டாகிவிட்டது. அப்பாவைக் காணோம். (மிகவும் ராசி பார்ப்பவர் ஆதலால் சீட்டைப் பார்க்க ஸ்கூட் விட்ட எனக்குத் தைரியம் இல்லை. ஸ்கூட் விடும் தைரியமும் தம்பிக்கு இல்லை). தம்பி கொல்லைப்புறம் நகர்ந்தான்.

"அப்பா நாழியாகுமா? இல்லை உன் சீட்டைப் பார்க்கச் சொல்லட்டுமா?"

"தம்பி என்னாயிற்று? சீக்கிரம் வா!" நாலாம் கை அந்நியர் கத்தினார்.

தம்பி கழிவறைக் கதவைத் தட்ட மிஞ்சிய காகங்கள் பறந்தன. பின் கதவில் காதை வைத்துக் கேட்டதில் சுவர்க் கோழிகளின் மௌனம் காதில் நுழையவும் கத்தினான் தம்பி.

ஒரு திருப்புளி உதவியுடன் கதவைத் திறப்பதற்கு மிகவும் பிரயத்தனப்பட்டோம். மிகவும் பழைய கதவு. அண்டை வீட்டு ராட்டின ஓசையும் நிற்க அமைதியின் நிழல் மேலும் விரியலாயிற்று. பயத்தின் வியர்வை உடலில் புறப்படத் துவங்கியது. கரிசலாங்கண்ணியின் வாடை எழவும் திறந்தது கதவு.

அப்பா மல்லாந்து கிடந்தார். வாசலில் முளைத்த குரல்கள் எங்களை நோக்கி நகர்ந்தன. நாலாம் கை அந்நியர் ஆறுதலை நோக்கி நகர்ந்த அக்குரல்களை அடக்கி மேலும் அமைதியை விரித்தார். கல்லால் விளையும் கடைசி நீர்வளையம் போல் சப்தமின்றி எழுந்த அப்பாவின் வயிறு நிமிர்ந்த எம் முகங்களின் வியர்வையைத் துடைத்து மீண்டும் அமிழ்ந்தது. வயிற்றின் மொழி எம்மனதில் எறிந்த புதிர்க் கலவைகள்.

ராட்டின ஒலி மீண்டும் எழ அருகாமைக் கிணறுகள் அசைந்தன. இரைதேடி அலைந்தன கிளிகள். உடம்பின் அனைத்து உறுப்புகளிலிருந்தும் அப்பா வியர்வையை வெளியேற்றிக் கொண்டிருந்தார். கூட்டத்தில் பிரிந்த குரங்கொன்று கழிவறைத் தகரத்தில் குதிக்கவும் அப்பா ஓடும் மேகங்களைக் கண்டார். அப்பாவைத் தூக்கி வந்து படுக்கையில் கிடத்தினோம். நிச்சலனமாய் இருந்த கிணற்றில் முகம் பார்த்த குரங்கை அந்நியர் விரட்டினர். பின் குரல்களோடு வெளியேறிய அவர் மருத்துவரை அழைக்கவும் சென்றார்.

சிதறிக் கிடந்த சீட்டுகளை அடுக்கி ரப்பர் வளையத்தில் சுற்றி அதற்கான பிறையில் வைத்தான் தம்பி. அப்பாவுக்கு மின்விசிறி போதிய திருப்தியை அளிக்கவில்லை போலும். ஜாடையில் கைவிசிறி கொண்டு தலைமாட்டில் விசிறச் சொன்னார். அம்மாவின் புகைப்படத்தில் ஆர்வம் ஊதுபத்தியில் கலந்திருக்க மரணத்தின் ஞாபகங்கள் விசிறிவிடப்பட்டிருந்தன.

மருத்துவர் நுழைந்தார். மருந்துகளின் நிறம் தாங்கிய வாடை நீண்ட இடைவெளிக்குப்பின் நுழைவதை ஊதுபத்தி வாடை அங்கீகரித்தது. இது நாளும் வீடே ஒரு பெரிய மூக்காய் மாறி அந்த வாடையை நுழையவிடாமல் தடுத்துக் கொண்டிருந்தது. ஆனால் பாருங்கள்... அப்பாவே ஒரு பெரிய மூக்கு. அதிலே ஊசி நுழைந்துவிட்டது. ஊசி தேனீயாகவும் அப்பாவின் மூக்கு தேன் நிரம்பிய மலராகவும் மாறிவிட்டதை அம்மா மட்டும் அறிந்து சிரித்தது பின்னாளில் எனக்குத் தெரிந்தது.

“பூரண ஓய்வுதான். வேறு மருந்தில்லை. Light attack”.

இருண்ட அறையில் ஏற்றப்பட்ட குழல் விளக்கு 40 வாட்ஸ் பல்பாய் மாறியது. மருத்துவர் அப்பாவின் வாய்க்கும் காலுக்கும் மிகப்பெரிய விலங்கைப் பூட்டினார். “மிகப் பலகீனமான இந்நிலையில் விலங்கை உம்மால் நகர்த்தக்கூட முடியாது. பழகிக் கொள்ளுங்கள்”. மலர் மூக்கானது. “கட்டைப்பிரி” என்றார் அப்பா.

தூக்கமின்மையால் அவதியுற்ற சீட்டுக்கட்டுகளுக்காய் அப்பாவிற்குத் தூக்க மாத்திரைகளை எழுதியருளினார் மருத்துவர். தூங்கும்போது அப்பாவுக்கு மற்றவர் தொந்தரவை விரும்பாத மருத்துவர் தூக்கத்தில் கிரிக்கெட் வர்ணனை சொல்லுமளவிற்கு உளறுபவர்களான என்னையும் எம் தம்பியையும் அப்பாவின் அறையிலிருந்து இரவில் வெளியேறச் சொன்னார்.

அப்பாவுக்கு தூக்க மாத்திரை கொடுத்துவிட்டு என் படுக்கையில் நுழைந்தேன். தம்பி தூங்கிக் கொண்டிருந்தான். இரவுக்கான அமைதியை காக்க கிளப்பிக் கொண்டிருந்தது. படுத்த நான் விளக்கை அணைத்துவிட்டு அப்பாவின் முகங்களைக் காலவாரியாக அடுக்கத் துவங்கிய முயற்சியில் அப்பாவின் நாற்பதாவது வயதில் உறங்கினேன் போலும்.

தம்பியின் கனவொன்று என் கனவில் விழித்தது. ஊமத்தம் பூ வாசனையில் தண்டவாளங்கள் ஓட்டிய சிறு மைதானம். ஆங்காங்கே பல விட்டங்களில் வீராணம் குழாய்கள். நாங்கள் துடுப்பெடுத்தாடும்

அணி. நான் மிகவும் தெளிவாய்த் தெரிகிறேன் பயத்தின் வியர்வை முகத்தில் படர்கிறது. என் கனவுகளில் என்னை உணர்ந்திருக்கிறேனே அன்றி இவ்வளவு தெளிவாய்ப் பார்த்ததில்லை. உடைந்துவிட்ட கண்ணாடி போலும் என் கனவுகள். அப்பா துடுப்பெடுத்து ஆடிக் கொண்டிருந்தார். தம்பி குழாய்களின் ஓட்டைகளில் நுழைந்து விளையாடிக்கொண்டிருந்தான். ஏன் சிறுவனானான் அவன்? தம்பி என உணர்ந்தேனே தவிர அவன் உடல் தெளிவாய்த் தெரிய மறுக்கிறது. கும்பலை வைத்துப் பார்க்கும்போது 4:40pm கல்லூரிப் புகைவண்டிதான். மணிக்கதவம் துயிலெழும்பக் காத்திருந்த கண்களில் நீலம். வாய்க்காலின் பிரவாகம் தண்டவாளங்களில் ஒலிக்கிறது. 3 மீட்டர் ஆழம்தான். ஒரு ஓட்டையில் நுழைந்து தவழ்ந்து அடுத்த ஓட்டை வழியே வந்து கொண்டிருக்கிறான் தம்பி.

தவறான முடிவெடுத்து அப்பாவுக்கு அவுட் கொடுத்து வெளியே அனுப்புகிறார்கள். கோபமாய் வெளியேறுகிறார் நதியின் காற்றை இழந்த அப்பா. ஆத்திரத்தோடு தன் மட்டையால் கவிந்த கற்களைத் தட்டுகிறார். அவற்றுள் இரண்டு பெரும் பாறைகளாய் வளர்ந்து தம்பி நுழைந்த குழாயை இருபக்கமும் முற்றிலும் மூட மாட்டிக்கொண்ட தம்பியின் கதறலைப் புகைவண்டியின் சப்தம் (எவ்வளவு நீளமான புகை வண்டி) மறைய அடுத்து நான் விளையாட உள்ளே இறங்குகிறேன். கனவு கலைய தம்பு கத்துகிறான். "கனவுதான் கத்தாதே" என என் கனவில் சொல்ல, அப்பா கத்தலில் விழித்தார். இருளில் துழாவியபடி எங்கள் அறையை நோக்கி நகர்ந்தார். எலியை மிதித்தார் போலும். பதறியபடி வழுக்கி விழுந்தார். தம்பி எழுந்தோடுகிறான். கல்லில் விளையும் கடைசி வளையத்தைக் காணாது தம்பி "ஐயோ! ஐயோ!" எனக் கதற சப்தம் அதிகரித்து என் கனவும் கலைந்தது.

ஆனாலும் அழுகையின் திசைநோக்கி நான் நகர என்னிடமிருந்து கிளம்பிய ஓலம் தெரு நாய்களின் அழுகையை மறைத்தது. நதியின் காற்று விண்ணை நோக்கிப் பயணப்பட்டது.

"அப்பா ஏன் இங்கு வந்தார்? நான் ஏன் தூக்கத்தில் அலறினேன்?" என்ற கேள்விகளைப் பரஸ்பரம் நானும் என் தம்பியும் கேட்டுக்கொண்டோம்.

நான் கதையை எழுதி முடித்தேன்.

வித்யாசம் - 1994

உத்திரகிரியை

மயில்தோகை நிறங்களுள் ஒன்றில் புலரும் காலை. மதுவிரிந்து ஒழுக மாமலர்கள் அற்ற பிரதேசம். பின்ன மரம் ஒன்றின் கீழ் கயிற்றுக்கட்டில். கெட்ட சொப்பனத்தால் அலறி எழுகிறான் கலியன். நழுவுகிற வேட்டியினும் தொன்மையான பின்னமரம் தன்னில் கட்டியிருந்த மாடு காணாது விழிக்கிறது. சூரியாசைவில் விலகும் மர நிழல். பரவுகிறது வெளிச்சம். கண் உயர்த்த மெதுவே விலகும் தூக்கம். கட்டி இருந்த மாட்டினைக் காணாது முற்றிலும் விலகுகிறது. தொலைதூர சன்னியாசிகளின் உச்சாடனங்களில் விழிக்கும் செவி. நாசிதனை தாக்கும் பல்பொடி மணம். தூரத்தே பாய்ந்து ஓடும் செந்நாய்கள். மரப்பொந்தில் எள்ளி நகையாடும் புள்ளினங்கள்.

குணதிசை ஓசை பெரிதாகி விலகும் பனி நோக்கி விரைகிறது கல்யாணி. சூர்யன் அதிகரிக்க தொடர்ந்து ஓடும் மாட்டை துரத்தும் கலியன் கீழே விழுந்தது ஆறு முறை (விலகவில்லை கனவு). நதி தாண்டியும் விரைகிறது மாடு. ரயில்வே கேட் இருபுறமும் மூட உள்ளே மாட்டிக்கொண்ட கல்யாணியை முட்ட வருகிறது சரக்கு ரயில். உத்தமர் கோயில் பெயர்ப் பலகை மறையச் சுருங்க, கனவு கலைய கலியன் கத்துகிறான்.

வாரித்தழுவும் காற்று வேம்பு. கட்டிலிலிருந்து எழுந்தவனை உற்றுப் பார்க்கிறது கல்யாணி. மெல்ல உதிரும் வேப்பந்தழைகள் பரவும் வெளிச்சம். தூரத்தே

அலறி ஓயும் புகைவண்டி. தொலைதூர பக்தி பாடல்கள் பனி வாடை விரட்ட சப்திக்கும் கட்டிலிலிருந்து கலியன் எழுகிறான்.

பத்துக்கு எட்டு குடிசைச் சுவர்களில் அந்திம வாடை தங்கிப் போகும் கூகை நாற்றம், படுக்கத் தரையை தட்டும் கட்டில், அரிசி காணும் அலுமினிய ஏனம். மரத்தில் கட்டிலைச் சாத்தினான். கல்யாணியை மெதுவே தடவுகிறான் கயிற்றை அவிழ்த்தபடிக்கு. கோழியழைப்ப அணையும் விளக்குகள். கோழிகளின் நண்பன் கலியன். பனியின் வாடைத் தாமிரம் முகத்தில் அடிக்க சாணி நீர் தெருவிறங்கும் முன்னம். வாய்க்கால் பாலம் கடந்தான்.

அதிகாலையை அறிவிக்கும் அலாரங்களின் பணியைச் செய்தன கெட்ட கனாக்கள். பொதுவாய் அவனின் சொப்பனங்கள் கழுவி விட்டுவிடும் வாய்க்கால் தண்ணீர். நீர்வரத்து இல்லையெனில் முதல் கௌதாரி கூட்டத்தின் கெச்சட்டம். பொங்கி ஓடும் நீரில் எகிறி மறையுது கடைசிக் கௌதாரி விலகவில்லை கனவு. கொட்டாங்கச்சியில் மிதந்து வரும் ஓட்டைச்சில்லை எடுத்து நதியில் எறிய ஆறு முறை தவ்வியடங்குது சில்லாக்கு. உஷ்ணக்கை மருதாணியாய் ஆழப்பதிந்து அகல மறுக்கும் கனவு. பொன்னடியானிடம் போகாமல் ஆகாது என தீர்மானித்தவன் அப்படியே நதியில் அமர்ந்தான். மூழ்கி எழுந்தான். தலையில் படிந்த கூளங்களை அகற்றிவிட மீண்டும் மூழ்கி எழுந்தான். தரைக்கு வந்து அமர்ந்தவன் இருமுறை தும்மினான். பின் கேவியழ ஆரம்பித்தான். மாட்டின் ஸ்பரிசம் தேடி அவன் கைகள் துழாவின. மாடு சமீபத்தில்தான் மேய்ந்து கொண்டு இருந்தது. எஜமானனின் கேவலை ஒருகணம் உற்றுப் பார்த்ததை கலியன் கண்டான். பரஸ்பரம் ஏற்பட்டுக் கொண்டிருக்கும் நெருக்கடி அதிகமாகிக் கொண்டிருக்க, விலங்கிற்கும் அதன் எஜமானனுக்கும் உள்ள லோகாயதப் பிணைப்பையும் தாண்டி, தன் உறுப்பு ஒன்று ஷீணமடைந்து கொண்டிருப்பது கண்டு மனதுள் வெம்பினான் கலியன். கெட்ட சொப்பனங்களுள் கூறும் உலகம் நிஜத்தில் நடந்து கொண்டிருப்பதாய் அறிந்த கலியன் செய்வதறியாது விழித்தான். இந்த வாரத்தின் மற்ற இரு கனவுகளும் வேறு விதம்.

நீண்ட தெருவொன்றின் அகலமான வீட்டின் முன், மாடு கொண்டு கலியன் அழைத்த குரலை அந்த வீடு திருப்பியடித்தது. கனவின் வரப்பிரசாதம் நடமாடும் விழிகள் வீட்டினுள் நுழைய, சிறுபெட்டி அடைத்திருக்கும் பிம்ப உலகில் மூழ்கிய மனிதர்கள். அவர் தம் காதுகளை சிண்டும் உருமி. பிம்பப் பெட்டியின் குள்ள

உருவங்களை மோகித்தன விழிகள். உருமி ஓசை தாளாத விட்டாளி சிம்ம கதியில் வாசலை அடைந்து கலியன் கன்னத்தில் அறைந்து ஏசி விட்டுப் போனார். அழ ஓட்டிக்கொண்டன கண்கள். கனவதின் திருவிளையாட்டில் கண்ணடைந்த லாகிரியில் தானடைந்த அவமானம் சிறுத்துப் போக நின்றான்.

வியாழன் விடிந்த கனவோ வேறு விதம்.

"மரத்தடியில் அயர்ந்திருக்க, சூழல் தொலைத்த சிறார் ஆநிரை அழைக்க அவன் உருமியை களவாடிப்போயினர். உருமியைத் தேடி சிறுவரை துரத்தியபடிக்கு" கனவு முடிந்தது.

இன்றைய கனவு கல்யாணியின் மடியில் கை வைக்கிறது. ஈரவேட்டி காய்ந்து விட்ட நிலையில் மறுபடி வாய்க்காலில் முகம் அலம்பி மாட்டோடு நகர்கிறான் கலியன். கண்ட கனவு கரையாது இரவினை மந்தப்படுத்த எழுந்தது உப்புசக் கொட்டாவி. மேடேறி இறங்கக் காத்திருக்கும் பூமிக்கந்தகம். சூரியன் எழக்கிளம்பும் சூடு. கல்யாணியை கழுத்துப் பகுதியில் வருடினான் கலியன். உருமிபோல் சிலிர்த்தது மாடு. கழுத்தில் சிரித்த மணிகளை உண்டு அழித்தார்கள். மேல் சாதராவை காலம் கொண்டு போயிற்று. உருமியும் சொன்னபடி கேட்ட காலம் ஒன்றுண்டு. குச்சியில் வண்டுக்குழம்பு தொப்பி இன்றும் இருக்கிறது.

ஆதியில் மாவுமில்லின் சப்தத்தையும் மீறி ஒலிக்கவே செய்தது உருமி. சோம்பிய பெண்டிரால் பலமடைந்த மாவு மில் சப்தத்தில் ஊமையாகிக் கொண்டிருக்கிறது. தொலைதூர புகைவண்டி சப்தத்தில் நாய்கள் மிரண்டு ஓடுகின்றன.

உருமி ஆதி சப்தத்தை இழந்த பின்னும் மாட்டின் தலையசைப்பில் தம்மைத் தேற்றிக்கொண்ட கந்தக பூமி மக்கள் இன்பத்திலும் துன்பத்திலும் உழல்பவர்கள். பொய்த்த வானத்தால் காலியான வீடுகளை நகரம் அழைத்தபடி இருக்கிறது. அந்தி அடங்க கிட்டலாம் ஓர் ஆழாக்கு அரிசி. கானல் மனிதர் வெளியேறிய அப்பாழ் தெருக்கள் மனதில் சூன்யப் பாதையை விரிக்க, அசிரத்தையின் ஆழத்தில் மாட்டோடு மூழ்கினான் கலியன்.

கலியனும் பரம்பரை மாட்டுக்காரனல்லன். மாட்டின் சூட்சுமம் முழுதும் அறியாதவன். உருமி இழுக்க அவனுக்குப் போதித்த மாப்ளாசாரி நாவறுந்து இறந்து போனார். நினைவின் பாதையை மணக்க விட்டால் நன்குண்ட வயிறு (எப்போதேனும்) இதமாய்ச் செரிக்க, கலியனின் பூர்வீகத்தை பொன்னடியான் கூறக் கேட்கலாம்.

திருவெள்ளரைத் தேர் புண்டரீகாட்சனுக்கானது (செந்தாமரைக் கண்ணன்) மகோன்னத தசையில் கோனேறி ராசாவால் அழிக்கப்பட்டது முந்தைய தேர். நிலையின் சூன்யம் கண்டு வெம்பிய வெள்ளித் திருமுத்த, ஆமூர்ப் பண்ணையாளர்கள் தம் மூன்று வருட உபரியை தேர் நிர்மாணிக்க மனமுவந்தளித்தனர். (பார்க்க: திருப்பஞ் ஞிலி மடப்பள்ளி சுவர்கள்). ஸ்தபதி இராசமாணிக்கத்தால் தேர் கட்டப்பட்டு தெருவளர்ந்து ஈஸ்வர வருடத்தோடு 365 வருடங்கள் ஓடிவிட்டன.

ஒ ஒ ஆய் பிரிந்தன பட்டிகள்

ன் ன் சன்னக் கட்டைக்கு

ப ப

து து

செந்தாமரைக் கண்ணன் தேரேறி அமர்ந்தான். தாரைகள் ஓங்கி சூர்யக் கண்கள் உதிர்த்தன. சூதாட்ட லங்கர் கணிப்புகளில் சேமியா ஸர்பத் சுரம். தூரத்து பனையடிச் சச்சரவு மெதுவே உள் நுழைகிறது. கொய்யாப்பழ வியர்வையில் கலக்கும் கள் மணம். மொட்டைகளிளிருந்து உதிர்ந்த சந்தனத்தை மிதித்துச் செல்லும் தேர் சக்கரம். மாடுகளின் மண்டையில் சூடம் ஏற பொசுங்கிய முடி. அசிரத்தையில் தடுக்கி விழும் தேர்த்தடம். தாவணிப் பெண்களின் ரகசியச்சிரிப்பு. ரங்கநாயக்கர் சிறுவன் கலியனுடன் வந்து சேர்ந்தார். காட்சியின் வசீகரத்தில் கலியனின் இமைகள் அழிந்தன. ராட்டின உச்சியில் கட்-அவுட் தம்பதியர் சுற்றும் உருளை. உருளையில் சுழலும் ராட்டினம். ராட்டினம் சுற்றும் குதிரைகள். தெருவலம் வரும் தேரை சுழன்றபடிக்கி தொடர்ந்தது ராட்டினம். ராட்டினம் அழைத்தது கலியனை. பனியில் உக்கிரம் கையென குழந்தையின் காலரைப் பற்றி அழைத்து வருகிறார் ரங்க நாயக்கர். நீலக்குதிரையில் ஏற்றினார் குழந்தையை. குழந்தைகள் சுற்றின குதிரையில். காசின் சுழற்சி ஓய, ஐயாக்காளையின் தோள் களைக்க... குதிரைகளின் மாயக் கனைப்பு.

மஞ்சள் குதிரையிலிருந்து மெல்லக் குதிக்கிறான் கலியன். ரங்க நாயக்கரை காணாது ராட்டினச் சுழற்சியில் சுழன்று மறைந்தது கலியனின் அழுகை. ஐயங்காளை குரலெழும்பி அடங்க தேர் நிலைக்கு வந்தது. தேர்த் தடங்களில் காலடிச் சுவடுகள். தூங்கும் கலியனை குதிரையில் அமர்த்தி அழைத்துப் போனான் ஐயாக்காளை. குதிரையில் சுழன்றது குழந்தைப் பருவம். நிஜமழிந்த பனைகளால் பழுப்புக்கண் கொண்டு உலகு பார்த்த ரங்கநாயக்கர் நீலக் குதிரையிலிருந்து இறங்கிய வேறொரு குழந்தையை தன்னுடன்

அழைத்துப் போனார். அடுத்த தேருக்கு முன்னாள் அந்தக் குழந்தை மகோதரம் தாக்கி மண்ணுள் மறைந்தது.

தில்லாம்பட்டி, திருவெள்ளரை, அழகிய மனவாளம், திருப்பஞ் ஞிலி வாழ் மக்களின் நாயக்கரை அறியாதோர் வெகு சிலரே. மிகப் பிரசித்தியடைந்த குடும்ப வீழ்ச்சிகளில் ர. நாயக்கரின் பங்கினை மறுக்க முடியாது யாரும். அழகிய மணவாளம் பண்ணை மகன் சிவக்கொழுந்து தன் தகப்பனைக் காணும் தோறும் ரத்தம் கக்கிய விந்தையினை சாதித்தது ர. நாயக்கரின் தகடுகளே. பஞ்ஞிலி கோயில் மதில் உலாவிய மோகினி சாயம்பாவை விரட்டியதும் அவர்தான்.

நாயக்கரின் உடுக்கையில் ஊர் நலனே விரிந்தது. நாக்கில் ஒட்டிய சொப்பனா வரிகளை ஐக்கம்மை கொண்டு ஊரில் விரித்தார். திரவியம் கொடுத்தது ஊர். இன்றும் பிரதேச மனிதர் அளித்த வஸ்திரங்கள் மூட்டையாய் வீட்டில் கிடக்கின்றன. வினையின் நீள்பாதைச் சிலந்தி வழிகளை தலைச்சன் மை கொண்டு அறிந்த நாயக்கர் உச்சாடனங்களால் அதன் சிடுக்கெடுத்தார். அவர் தம் இல்லாள் சிலையாத்தியின் மரணத்தில் தடுமாறத் தொடங்கியது சொல். பிம்பங்கள் ஏமாற்றும் சொப்பனங்கள்.

தலைச்சன் பிள்ளை மரணங்கள் குறைந்து தன் வயதான காலத்தில் சொல் தடுமாற, விலகிற்று நிற மாயை. முன்னம் நீலக்குதிரையிலிருந்து இறங்கிய குழந்தை தன்னல்லன் என அறிந்த காலத்தில். அதே தெருவில் மாடு கொண்டு பவனி வருகிறான் கலியன். தொழில் படுத்தது தூக்கம் இழந்தார்.

குழந்தை கலியனைத் தேடி அலைந்தது நாற்பது பௌர்ணமிகள் கடந்து விட்டன. தேடி ஊர் அலைந்தவர். விரக்தியின் மாய வலையில் விழுந்தார். வெள்ளித் திருமுத்தம் சிங்கப்பெருமாள் கோவில் பெருங்கிணற்றில் தன் மொத்த தகடுகளையும் கொட்ட, எழுந்த தீயினுள் பாய்ந்தார். மேகமான பின்னும் ஆகாய மார்க்கத்தில் தேடினார் கலியனை. அந்த மேகத்தை பருவத்துள் எழுந்த புயல் கிழித்து அவர் பகுதிகளை நாகை கடலுள் கொண்டு போயிற்று.

ஐயாக்காளை இறந்துபோன சிலநாட்களில் ராட்டினக் குதிரைகள் நிறத்தை இழந்தன. கலியனுக்கும் சோனியான தோள்கள். கட்-அவுட் தம்பதியரின் சக்கரப் பற்களிலும் காலம் சிக்கிக் கொள்ள ராட்டினம் அசையாமல் போனது. சொற்ப விலைக்கு வாங்கிப்போன வாளாடி விக்னேச வைத்தியரும் நிரந்தரமாய் ரொம்பநாள் வாழவில்லை யாரிடமும் தங்காமல் சுற்றிக்

கொண்டிருந்த ராட்டினம் சீயபுரம் மாது அய்யர் காபி கிளப்பில் தம் வாழ்க்கையை முடித்துக்கொண்டது. காசு தீரும் தறுவாயில் கல்யாணியை வாங்கித்தந்தவர் பொன்னடியான்தான். மாடு வந்து சேர்ந்து எட்டு தேரோட்டங்கள் முடிந்தும் விட்டன.

மஞ்சள் ஒளியை இழக்காத தெருக்கள்தாம் அவை. நீண்ட அகலமற்ற வீடுகள் அநேகம். மதிற்சுவர் மறித்து அனுப்பும் சூர்யக் கதிர்கள். புராதன அர்த்தம் இழந்த திண்ணைகள் கம்பிகளுக்குப் பின்னால் முடங்கிவிட்டன. காரணம் கள்ளர்களாம். திண்ணையை வாசஸ்தலமாய் வைத்து வாழ்ந்த மனிதர்களின் காலம் முடங்கிவிட்டது. பொதுக்கிணறு அனைத்திலும் குப்பைகள் நிரம்பி விட்டன. உள்ளே நாறிக் கிடந்துறங்கும் நீரும் பாட்டன் காலத்தியது. குப்பையில் கிடக்கலாம் நிலவும், நட்சத்திரங்களும். தென்னைகள் நிரம்பிய தெருக்கள். பன்றிகள் வேறு தெருக்களுக்குச் சென்றுவிட்டன.

சீருடை மாடிகளில் உடைந்த ஆன்டனாக்கள், பாம்பாய் படர்ந்து விரியும் தடித்த வயர்கள். மாவு மறைந்த வாசல்படிகளில் ஸ்டிக்கர் ஒத்தடம். காலாவதியான ஸோடியம் வால்பாரேட் மணம் குடியேறிய பூட்டிய வீடுகள். சிம்னி பிறைகளில் கொத்துச் சாவிகள். குரலெடுத்து உருமியைச்சீண்ட பொங்கும் உருமியைத் திரும்பியடிக்கும் வெல்டிங் கதவுகள்...

அயர்ந்த மாடு குவிக்காத காசின் எடை பாலை ஒன்றாய் விரிய அதன் சோலை ஒன்றில் பிருஷ்டம் காட்டிப் படுத்திருந்த கிளிக்கூண்டின் யௌவனத்தைக் காணாமல் கடந்திருந்தான் எனில் கலியனின் விதி வேறுவிதமாய்த் திரும்பியிருக்கலாம் என பொன்னடியான் அவனைக் காணும் தோறும் கூறாமல் இருப்பதில்லை.

கோடை இரவு பாம்பாட்டி பாறை போல் படுத்திருந்தாள். ஏகாந்தத்தின் இனிய ஜீவன் மெல்ல எழும்பிக்கொண்டிருக்கும் உடல். தாபம் மீன் போல அவன் உடலில் நீந்திக்கொண்டிருக்கிறது. கலியனின் கனவு பொந்துக்கள் விழித்துக்கொண்டன. ஸ்பரிசத்தின் பொல்லா விரல்கள் காலம் மறைத்தன. கலியனுக்கு கிளிக்கூண்டு இட்டுச் சென்ற உலகின் முதல் பிம்பம் ஊதாக் குதிரையே. உடல் ஸ்பரிசத்தால் புதிய சுகந்தங்களும், மலர் பூத்த புல்வெளிகளும் தன் உடலில் புறப்பட்டுக்கொண்டிருக்க கண்டான் கலியன். தற்போது சொறியால் ரணமாகிப் போன இடதுகையின் முதல் அரிப்பும் அப்போதே துவங்கியது. கிளிக்கூண்டின் வதைப்பட்ட ஆன்மாவிலும், மாயச்சதையுள்ளும் நுழைந்த கலியன் அந்தச் சிலந்திப் பாதையில்

சிக்கிக்கொண்டான். அதனுள் சுற்றி வந்த தருணங்களில் தன் உடலின் ரகசிய முடிச்சுகள் அவிழ்ந்துகொண்டிருப்பதை கிளிக்கூண்டு பெரிதும் விரும்பினாள். அவிழ்க்கப் பிரயத்தனப்படாத பயணத் தருணங்களில் முடிச்சுகள் மேலும் அவிழ, வெளியேறும் வழிகள் தென்படத் துவங்கவும் மனவிருட்சத்தில் அபத்தத்தின் தொட்டில் ஆடத்துவங்கியது. ஆனால் மிகவும் வதைப்பட்டிருந்த கிளிக்கூண்டின் ஆன்மா அவனை வெளியேறாதிருக்க, யாசித்தது. சுதந்தர வெளியில் போய் பிச்சையெடுப்பதைக் காட்டிலும் கிளிக்கூண்டின் சோகச் சிறையிலேயே தங்கியிருக்க விரும்பத் தொடங்கினான் கலியன்.

கர்ப்பவதியானாள் கிளிக்கூண்டு.

பிறந்தவை இரட்டைகள். வானத்தையும், பூமியையும் பார்த்தபடிக்கு இறந்தே பிறந்த அந்த இரட்டைகள் புதைக்கப்பட்டன.

திருப்பஞ்ஞிலி தேர்த்திருவிழா உருண்டோடும் கால சாட்சி. 25 ஆண்டுகளுக்குப் பிறகு மீண்டும் உருண்டோட ஊர் காத்து நின்ற தினமும் வந்தது. தேர் உலாவரும் முன்னம் மாட்டோடு சென்று தெரு வலம் வந்தால் கிடைக்கலாம் காசுகள். சூம்பிக் கிடக்கும் கிளிக்கூண்டின் ஆன்மாவை சோலைப்படுத்த ஏதேனும் வாங்கி வரலாம் என நினைத்தவள், இருள் பிரியும்முன் கிளம்பிச் சென்றான். ஊர் மனமுவந்து அளித்தது அதிகமே. ரோசா நிறத்தில் வளையல்களும், ஊதாக் கலர் ரிப்பன்களுமாய் வாங்கி அங்கிருந்து கிளம்பினான். ரம்மியமான மஞ்சள் வெயிலில் அசைந்தபடி வீடு திரும்பினான் கலியன்.

அந்த இடத்தில் இல்லாமலிருந்தது வீடு. இருந்ததற்கான அடையாளமும் இல்லை. சற்றே பின்சென்று பாம்பாட்டி பாறை மீது ஏறி நின்று கிளிக்கூண்டின் பெயர் கூவி அழைத்தான். சூன்யத்தில் கரைந்தது குரல். பறவைக்கூட்டம் சற்றே பூமி நோக்கி குனிந்து பார்த்து மீண்டும் பறந்தது. ஆங்காங்கே கூவியபடி அழைத்தவன் மீண்டும் வீடிருந்த இடம் ஏகினான். குழந்தைகளைப் புதைத்த மேட்டை தோண்ட குழியிலிருந்து இரு பறவைகள் விண்ணில் பறந்து மறைய துப்பாக்கி தோளை தூரத்தில் கேட்டது. வீடிருந்த இடத்தை சுற்றி வந்தவனை இடறியது இரும்புத்துண்டு. குதிரை லாட சாட்சியத்தோடு போன்னடியானை காண விரைந்தான். பின்னால் வந்து கொண்டிருந்தது கல்யாணி. அலைவுறும் கலியனை பொன்னடியான் விசாரிக்கத் தொடங்கினார்.

நீ சொல்லும் பெண் மாறு கண் உடையவளா?

ஆம்.

தூக்கத்தில் நடப்பவளா?

தெரியலை.

பொன்னடியான்தான் கூறினார். நன்கு கேள் கிளிக்கூண்டு பல காலங்களில் பல பெயர்களில் வாழ்பவளாய் இருக்கக்கூடும். அவளுக்கு ஆறுமுறை குழந்தைகள் இறந்தே பிறந்தன. தானும் மலர் கொய்பவளான நீலவேணியுடன் வாழ்ந்ததுண்டு. அவள் ஒரு நிலப்பரப்பில் தொடர்ந்து வாழ முடியாத தன்மையுடையவள். தன் கணிப்பு சரியாக இருக்குமென்றால் அவள் அரசாங்கம் என்ற பெயரில் பாம்பாட்டி ஒருவனுடன் தோகை மலைத் தொடர்களில் வாழ்ந்து கொண்டிருக்க வேண்டும்.

பொன்னடியான் கூறிய தகவல்கள் பெரும் சோர்வையும், மன அவஸ்தையும் அளிக்க திசை தெரியாது கல்யாணியோடு நகர்ந்தான் கலியன்.

தேன்- சேகரித்தவளான கிளிக்கூண்டு கனவுகள் அற்றவள். பொன்னடியான் தந்த தகவல்களோடு தோகை-மலை அடிவாரத்தில் கிளிக்கூண்டை தேடி அலைந்தவன் சோர்ந்து போனான். கிளிக்கூண்டின் காதலால் பெரும் மாற்றங்கள் நிகழாது போனாலும் தன்னை பயமுறுத்திக் கொண்டிருந்த நிகழ்-பெரு-வெளியின் எடை குறைந்து போயிருந்ததை அவள் தொலைந்து போன ஆறாம் நாள் கலியன் உணர்ந்தான்.

கிளிக்கூண்டெனும் வதந்தியை தாங்க முடியாத கலியனிடமிருந்து மேலும் கிராமங்கள் நழுவின. உருமியில் தகரம் ஒளிந்துகொள்ள ஆரம்பித்தது. கனவுகளின் திருவிளையாடல்கள் தொடங்கியதும் அப்போதே.

வால்மாய் பாளையக்காரர்கள் பொன்னடியானுக்கு வேண்டப்பட்டவர்கள். அவர்கள் நலனைத் தவிர வேறெதுவும் சொல்லாத கிளியை பூகணப்பாண்டிக்கு பிடிக்கும். தூரத்தே மாட்டோடு வந்து கொண்டிருந்த மாட்டினை அவர் பார்த்தார். மாட்டின் பாதையில் அவருடைய விழிகள் விழுந்து மாட்டின் காலைக் குத்தின. கலியன் குனிந்து முள்ளை எடுக்க கல்யாணி அவனை முட்டியது.

வந்தவுடனேயே ஆரம்பித்தார் பூகணப்பாண்டி.

என்ன கலியா? மாட்டை வைச்சுக்கிட்டு ரொம்ப கஷ்டப்படுறயாம் இல்ல?

ஆமாங்க. ஒண்ணும் பிரயோசனமில்லை. நம்மால மாட்டுக்கும் தீனியில்லாம ஓடிட்டிருக்கு என்ன ரொம்ப கரிசனம்?

திருவிழா வருதுல்ல, அதான் அடியாரை பார்க்க வந்தேன். அடியாரும் உன் மாட்டை சொன்னாரு. நானும் ரொம்ப அலைஞ்சு பாத்துட்டேன்.

இல்லிங்க வளர்ந்த மாடு திறமையான உருமிக்காரனுக்கு இது அள்ளிக்கொடுக்கும். ஏதோ நோஞ்சான் பயபுள்ளைகிட்ட மாட்டிக்கிட்டு திண்டாடுது. வண்டி மாட்டையே இப்ப யாரும் வெட்டுக்கு கொடுக்கறதில்லையே.

பொன்னடியான் பூகணப் பாண்டியைப் பார்த்து லேசாய் கண்ணடித்தார்.

“பாண்டி அதான் கலியன் சொல்றாப்பல இல்ல, முடியாதுன்னு நீயேன் தொத்திக்கிட்டிருக்க, நாளைக்கா ஏதும் வேலையில்லைன்னா அப்படியே இந்தப் பக்கம் வந்துட்டு போய்யா. பார்த்துக்கிடலாம்”.

என்ன மாப்ள காலங்காட்டியும் இந்தப்பக்கம்.

ஒண்ணுமில்ல மாமோவ், ஒரே கெட்ட சொப்பனம். அதான் பார்த்துட்டு போவலாம்ன்னு வந்தேன்.

நமக்கு கெட்ட சொப்பனம்னு ஒன்னு தனியா உண்டா மாப்ள? அப்ப நீங்க கெளம்புங்க.

கலியா! வரட்டா? அப்ப பார்ப்பம்.

பூகணப்பாண்டி விடைபெற்றார்.

காலங்காட்டியும் ஒரே வெளிச்சம், பருந்து ஒண்ணு நம்ம கல்யாணியை தூக்கிட்டு பறக்குது. ஒன்னுக்கிருக்க ஒக்காந்தவன் பார்க்கிறேன். அப்படியே பறக்குது மானத்திலிருந்து அப்படியே நம்ம செட்டியாரு வீட்டு கிணத்துல உதறுது. விழர சமயம் முளிச்சிட்டேன்.

பயமா இருக்கு அடியாரே?

ஏய் சரி பலன் சொல்றேன். காலைலேந்து ஏதும் சாப்பிடலை இல்லை.

என்ன அடியாரே கிண்டலடிக்கிறீங்க. சாப்பாடுன்னு பார்த்து நாளாவுது.

சரி ஒரு சீட்டு எடுக்கச் சொல்லட்டுமா?

காசு இல்லாங்காட்டி சீட்டெடுக்காதே உம்ம பஞ்சவர்ணம், அப்புறம் பாத்துக்கலாம் உடு...

சீட்டை எடுத்த கிளி, விண்ணில் விக்குவதுபோல் எம்பி தலையறுந்து கீழே விழுந்து இறந்தது. ஒரு முக்கலோ முனங்கலோ இல்லை. காட்சியின் கோரத்தில் பரிதாபக்கண் கொண்டு கல்யாணியைப் பார்த்தான் கலியன். ரணத்தை கவிழ்த்தது போல் நிர்மல வானம் கிடந்தது கண்ணில். உடனே கண்ணை மூடிக் கொண்டது மாடு. எடுத்துச் சீட்டில் ஆடியபடி இருந்தது ஊழிச்சிவம். பொன்னடியான் கண்ணில் மின்னல். கையில் தோன்றி மறைந்தது பாம்புப் பச்சை. உடல் இறுகியது அசரீரியை விழுங்கியது போல் உச்சாடனக்குரல்.

முதலில் தனக்குள் பேசினார் "இறந்தது ஐந்தாவது கிளி சீட்டில் ஊழிச்சிவம்" ஆருடத்தில் இருவரது மரணமும் தீர்மானிக்கப்பட்டதை உணர்ந்தவர் சிரித்தார்.

டேய் கலியா மாவீதி மண்டலத்துக்கு போயிருக்கியா?

என்ன அடியாரே, இருக்கிற ஊரிலேயே எதுவும் தேற மாட்டேங்குது அங்க போயி என்னத்த பண்றது!

உன் சொப்பத்துக்கு பலன் தெரியணும்னா அங்க போ. விவரம் தெரியும்.

சரி அடியாரே.

தனிமாட்டை விலைக்குக் கேட்டதில் ஏற்பட்ட ரௌத்திரம் அடங்கிக் கொண்டிருந்தது. மாவீதி மண்டலத்தில் கலியன் நுழையவும் புழுதிக்காற்றும் கூடவே நுழைந்தது. அதன் விநோத சப்தங்களுள் குழந்தையின் அழுகுரல் ஒளிந்து கொண்டிருக்கிறது. அடைக்கப்படாத வீடுகளின் கதவுகள் சப்திக்கின்றன. சுவர்களின் நிறங்களை மாற்றிய குடிப்புழுதி கடந்து சென்றது. புழுதி ஓய தெருவில் கலியன் மாட்டின் மெல்லசைவில் உருமியின் தெம்போடு பாடியபடி விரைகிறான். புழுதிக்கு பயந்து கதவுகள் இறுகிக் கிடக்கின்றன. மாட்டினை தெருநாய்கள் சூழ்ந்து குரைக்கின்றன. கல்யாணியும் முட்ட மறந்து நாளாயிற்று. உருமி எகிற எகிற திறந்த பாடில்லை. தில்லாம்பட்டி ஜமீன் ராமய்யா வீட்டின் கதவு. மாடு கோலத்தின் அச்சை முகர குனிகிறது. கொட்டில் பசுக்கள் கதறுகின்றன. ஈரப்படிகளில் நின்றபடி பாடியாடி உருமியை இழுக்கின்றான். கதவுகள் மேலும் இறுகுகின்றன.

மெல்லப் படியேறி தட்டத்திறந்தது கதவு. மனதற்ற இருளில் மெல்ல நடக்க பால்கனி கதவு, இருக்கும் இடத்தைக் காட்டும் சிறுநெருப்பு. கதவு திறக்க கூடத்தில் இருந்தான். விதியின் கோர மஞ்சத்தில் ஆறு உடல்கள் கிடந்தன. மக்களின் பூவாளியின் உடல் மண்டை உடைபட்டு கிடந்தது. சிறுமி கறும்பியின் கண் ஒன்றை ஒரு மூலையிலிருந்து இன்னொரு மூலைக்கு நகர்த்திக்கொண்டிருந்தன ராட்சத எறும்புகள். பால்கனி வழி பூச்சிகள் நுழைந்து கொண்டிருக்கின்றன. கழைக்கூத்தாடியை மாம்பழச் சாலையில் பதினெட்டு அன்று பார்த்தான். இருபத்தெட்டுக்காவது தண்ணி வந்திடும் என்றான் மத்தளன். கொடிய விஷத்தின் ஸ்பரிசத்தில் மற்ற உடல்கள். பதறியபடி வெளியே வந்தான் நன்கு உலர்ந்திருந்தன படிகள். கொட்டிலில் பசுக்களும், அவைகளின் சப்தங்களும் இல்லை. மாட்டை முட்டிய நாய்களையும் காணோம். கோலம் இருந்த இடத்தில் சாணியைப் போட்டிருந்தது கல்யாணி. அதிர்ந்தவன் உடலில் வினோத லயம் புகுந்தது. மகோன்னத தசையில் கர்ணம் கிட்ணசாமி தன் ஆசை நாயகி அமுத வல்லிக்கு கட்டிக் கொடுத்த வீடு. பெரிய தோட்டம் உள்ள வீடு அது. கலியன் அந்த வீட்டை அறிந்தவன். உள்ளே நுழைந்தவன், ராட்சத சர விளக்கு இருந்த இடத்தில் தொங்கிக் கொண்டிருந்த சரபனின் உடலைக் கண்டான். கயிறாய் தொங்கிக் கொண்டிருந்தது பாம்பு. சமீபத்தில்தான் மரணம் நடந்தேறியிருக்கிறது. மரணத்தின் அமில வாடை தொண்டைக்குள் இறங்க ஜலதாரையில் முகம் கவிழ்த்தான். அங்கு ஒளிந்திருந்த கறுப்புப்பூனை இவனைக் கண்டு பாய்ந்து ஓடியது... உடலை தரையில் இறக்கிவிட்டு நகர்ந்தான். சிதறிக்கிடந்த பீடிகளில் ஒன்றை எடுத்துப் பற்ற வைத்தான். புதிய கனவு துவங்கியது. சீரானது நடை. இவனின் புதிய தோற்றத்தை மாடு புரிந்து கொண்டது போல் அஞ்சியது. தெருவின் ஒரே கிழக்கு நோக்கிய வீட்டில் நுழைந்தான். காட்சிகளின் ஊமத்தை வாடை இளைப்பாறிக் கொண்டிருந்தது மனதில். நோட்டமிட்டபடிக்கு சீராய் நடந்து பூச்சிகள் வழிகாட்ட தோட்டப்பாதையில் நுழையவும் காட்டிக் கொடுத்தது மணம். தலையாரி ரங்கசாமியின் வீட்டுக் கிணற்றில் குரங்கின் உடம்பு கிடந்தது. அதன் வால் பற்றி அமிழ்ந்தாடிக் கொண்டிருந்த உடல் ராமனின் பொஞ்சாதி லட்சுமியினுடையது என அறிந்தான். பூவரச மரத்தின் அடியில் அழுகிக் கிடந்தது ராமனின் உடல். உற்றுப் பார்க்கத் தொடங்கினான். வானத்தை கண்கள் துழாவின. மெல்லத் தெருவில் இறங்கினான். உருமியை எடுத்து வேலியில் மாட்டினான். கல்யாணிக் கொம்புகளை லேசாய் திருகினான். பின் விரட்டினான் மாட்டை. நிழல்கள் மிகுந்த வீடு

ஒன்றை அடைந்தவன் கதவைத் தாளிட்டுக் கொண்டான். வெளிச்சம் நிறைந்த அறையொன்றை நாடினான். தன் இருபத்தி ஏழு வயதையும் அசைபோட்டபடி வெளிச்சத்துள் மறைந்தான் கலியன்.

பெரும் பறவைகளால் அறியப்பட்டது மாவீதி மண்டல மரணங்கள்.

அடுத்த நாள். மதியம் நீலநிறப்புழுதி கிராமத்துள் நுழைந்தது. கூரைகளிலும், சுவர்களிலும் படிந்தது நீலம். பாழ் கிணற்று நீரை நக்கி வீட்டு ஓடுகளைப் பிய்த்து எறிந்தது புழுதி. மலர்களை துவம்சம் செய்தபடிக்கு நகர்ந்து கொண்டிருந்தது. திசைகளைத் தீர்மானிக்கும் சிலை ஒன்று அப்புழுதியை எதிர்கொண்டது. புழுதியின் நிலத்தை உறிஞ்சி தன்மேல் படியவிட்டுக் கொண்டது சிலை. புழுதி சாரமிழந்து பறந்தது.

சிலையின் கண்களிலிருந்து சிந்திய கண்ணீர், சிலையில் இல்லாத வயலின் தந்திகளாய் மாற, சிலையின் அரூபக்கரங்கள் அமைதியாய் ஒப்பாரியின் மேல் ஸ்தாயியை விரிக்க, கலியனின் கால்கள் இனிமையான வெண்மையில் நுழைந்தது. இசையின் விழிகள் மேலும் விரிய, மானுட நினைவுகள் ஏங்கிய வெண் பாதையில் நகர்கிறான். அழைத்தபடிக்கு பின்தொடர்ந்த கல்யாணியின் வெண்நிழலைப் புறக்கணித்து, தன் செவிகளை கழட்டி எறிந்தபடிக்கு பாதையில் மறைகிறான். சிலை வடித்த இசை ஒற்றைப்புள்ளியாய் ககன வெளியில் சுருங்கி ஒரு பறவையாகி பறந்து மறைந்தது.

நவீன விருட்சம் - 1997.

நொண்டிக்காளியும் வெள்ளிச்சூலமும்

தன்னந்தனியே அமர்ந்திருந்தது அந்த திண்ணை. தனிமை புதிது கிடையாதானாலும் தேர்தல் தினமான இன்று தனிமை சாத்தியமில்லை காருக்காய் காத்திருக்க அவர்கள் திண்ணையை நோக்கி வந்து கொண்டிருந்தார்கள்.

கடலாலும் காரணங்களாலும் சூழப்பட்ட இந்த நிலவுலகிலே சம்பாதி மலை (இப்போதைய அறிஞர் அண்ணா மலை) முகட்டில் சந்திரன் உதயமான ஒரு திருநாளில் அவர்களுடைய மூதாதையர்கள் ஆநிரைகளோடு இப்பிரதேசத்தில் குடியேறினார்கள். மூன்றாம் சந்திரகுப்தன் காலத்தில் பாடலியை (இப்போது பாட்னா) தலைநகராய் கொண்டு குறுநில மன்னன் அடிலன் ஆண்டபோது ஏற்பட்ட கடும் பஞ் சத்தில் இப்பிரதேசத்தில் அனந்த கோடி ஆண்டுகளாக வாழ்ந்து வந்த கடல் வற்றிப்போய் கோணலாக ஒரு மலைக்கூட்டம் தோன்றி வளர ஆரம்பித்தது. ஒரு சுக்கில பட்ச மாளய அமாவாசை இரவில் அம்மலைக் கூட்டம் தன் வளர்ச்சியை நிறுத்திக்கொண்டது மலையாலும் மரங்களாலும் சூழப்பட்ட இப்பிரதேசம் தனக்கு கிழக்கே சிறு நதியையும், அதை ஒட்டி பெரும் சமவெளியையும் தெற்கே முந்திரி புதர்களையும் கொண்டது. பாண்டிய மன்னன் மழவராயன் பூங்கண்ணன் தன் மனைவியரோடு ஜலக்ரீடை செய்த காலத்தே உபயோகப்படுத்திய ஆறுகால் மண்டபம் ஒன்று இன்றும் நதிக்கரையிலே காணக்கிடைக்கிறது.

சந்திர வழிபாடு மறைந்து காளி வழிபாடு தோன்றிய பல ஆண்டுகளுக்குப் பின்னால் சர்மோர்டிமர் வீலரின் புதைபொருள் ஆராய்ச்சிக்குழு அப்பிரதேசத்திலிருந்து கணிசமான தகவல்களை சேகரித்துக்கொண்டு திரும்பிய காலத்தே, அப்பிரதேசத்தை ஒட்டி சிறு நகரங்கள் பல தோன்ற ஆரம்பித்தன.

மகனின் ஆடு மலைகளூடே தொலைந்து போனபோது பிரதேச ஆடவர் கூட்டம் ஆட்டைத்தேடி மலைகளின் அலைந்தது. அப்போது சர்மோர்டிமர் வீலரின் குழு தேடி அலைந்து தோல்வியுற்ற சமணர் குகைகள் ஒன்றில் மனிதானொருவன் மயக்கமுற்றுக் கிடந்ததை அவர்கள் கண்டனர். முகத்தில் தண்ணீர் தெளித்து மயக்கத்திலிருந்து அவனை மீட்டனர். அவர்களில் மூத்தவரான சடையன் அந்த மனிதனை அடையாளம் தெரிந்து கொண்டு அவன் வேறு யாருமல்ல நாகனின் தாய்மாமன் சிங்கனே என்றார்.

சிறு நகரங்கள் தோன்ற ஆரம்பித்த காலத்தில் சர்மோர்டிமர் வீலர் குழுவில் எடுபிடி ஆளாய் சேர்ந்த சிங்கன், அவர்களோடு அக்கிராமத்தை விட்டு வெளியேறினார். பின்பு பலகாலம் அவர்களுடனேயே சுற்றித்திரிந்து கடற்கரை நகரம் ஒன்றை அடர்ந்தார். பின்பு அவர் பிரிந்து ஊர் நோக்கி வரும் வழியில் ஆன்மாக்களால் சூழப்பட்ட வனமொன்று அவரை எதிர் கொண்டது. அங்கே அவருக்கு ஓலைச்சுவடிகளுடன் அலைந்து கொண்டிருந்த காளி ஆன்மா ஒன்றின் அறிமுகம் கிடைத்தது. அந்த ஆன்மா தன்னை உஜ்ஜயினி காளி பரம்பரையில் வந்தவள் என அறிமுகப்படுத்திக் கொண்டது. சிங்கனும் காளி ஆன்மாவை தன்னுடன் வந்து தங்குமாறு அழைத்து ஊரிலே காலியாக பூஜையற்றுக் கிடக்கும் காளி சிலை ஒன்று உண்டு; அதில் நீ குடியேறலாம் என்றார். பின்பு அவர் காளி ஆன்மாவோடு ஊர் நோக்கித் திரும்புகையில் பலமான காற்றும் மழையும் வழிமறித்தன. மலைகளூடே அவர் மழைக்கு ஒதுங்கும்போது சமணத்துறவிகள் பயன்படுத்திய கல்படுக்கைகளில் ஒன்றில் தடுக்கிக் கீழே விழுந்து மயக்கமுற்றார். அதே வேளையில் காளி ஆன்மா காலியாய் கிடந்த காளி சிலையுள்ளே குடியேற உயிர் கொண்டது சிலை.

நீண்ட வாக்கியமொன்று ஒரு செவியுள் நுழைந்து அதற்குரிய வேகத்திலே உடலின் உள் உறுப்புகள் அனைத்தையும் தழுவி பின் மூலையில் சற்றே தங்கி பின் மற்றொரு செவி வழியாக வாக்கியத்தின் முதல் எழுத்து வெளியேறும்போது வாக்கியத்தில் கடைசி எழுத்து மற்றொரு செவியுள் நுழைந்ததைப் போல் கதராடையும் தொப்பியும்

அணிந்து மூன்று மூன்று நபர்களாலான நீண்ட தொடர் ஒன்று அக்கிராமத்துள் நுழைந்தது. காளி சிலையருகே கிராமக் குடிகள் அனைவரும் கூடினர். செம்மண் புழுதியால் நிறைந்திருந்த அவ்வானம் ஆறு நாட்களுக்குத் தொடர்ந்தது. பிறகு காளியின் அருளால் எழுந்த நீண்ட மழையொன்று செம்மண் திரையை பல இடங்களில் பொத்தலிட்டுக் கிழித்து அத்திரையை பிரதேசத்தை விட்டு வெளியேற்றியது. அப்போது அக்கூட்டத்தின் பெரியவர் ஒருவர் இந்தியா சுதந்திரம் அடைந்து விட்டதாய் அறிவித்தார். பிறகு அம்மக்களால் கிராமக் குடிகளுக்கு இனிப்பும், காளிக்கு வெட்டப்பட்ட ஆடும் பரிமாறப்பட்டன.

ஆட்டின் சுவையில் மயங்கிய சரபன் இனி நமக்கு அடிக்கடி சுதந்திரம் கிடைக்குமா? எனக் கேட்டான். பிறகு அக்கூட்டம் விடை பெற்றுக் கொண்ட சமயம் தொடரின் கடைசி வரிசை அக்கிராமத்துள் நுழைந்தது. அவர்களின் வளமையை அறிந்த குடிகளான ராயன், அங்கதன், நீலன், இரண்டாம் சடையன், ஆகிய நால்வரும் சுதந்திர அறிவிப்பு யாத்திரையில் கலந்து கொண்டார்கள்.

சுதந்திரம் பற்றிய கேள்விகள் ஆங்காங்கே முளைத்தன. சிங்கன் காளியை வணங்கி எலுமிச்சை பழமும் திருநீறும் பெற்றுக்கொணடு வடக்கு நோக்கி சுதந்திரம் பற்றிய தகவல்களை அறிந்துவர பயணமானார். திரும்பிய அவர் கூறிய பதில்களால் மேலும் பல கேள்விகள் முளைக்கவே சோர்ந்து போன அவர் தனக்கும் காளிக்குமான உலகில் மீண்டும் நுழைந்தார்.

ஓலைச்சுவடிகளைப் படித்து கொண்டிருக்கும் காலத்திலே அவர் காளிக்கும் மக்களுக்குமான உறவின் தூரத்தை சுருக்க எண்ணி கனவுகளையே அறிந்திராத அக்கிராமக் குடிகளுக்கு கனவில் நிறங்களையும் சேர்த்து வரவழைத்து தந்தார். பட்டினியால் வாடிக்கொண்டிருந்த காளிக்கு கொழுத்த ஆடு ஒன்று வெட்டப்பட்டது. அதன் பயனாய் விடாமல் பெய்த 13 நாள் மழையில் 'தொம்பா' என்ற பெயர் கொண்டு அக்கிராமத்தில் வசித்து வந்த நதி ஒன்று மீண்டும் தன் போக்குவரத்தை தொடங்கியது.

பாசனத்துக்கான நீர் கிடைக்க ஆரம்பித்த பின் மறந்த விவசாயம் மீண்டும் தொடங்கியது. அவர்களுடைய கலப்பைகளில் பலவிதமான பூக்கள் பூத்திருந்தன. சடையனின் தேக்குக் கலப்பையில் தேனடை ஒன்றும் காணப்பட்டது. நிலங்களில் உழுதுகொண்டிருந்த ஆரம்ப காலங்களில் ஐநூறு பக்கங்களடங்கிய புத்தகத்திற்கு தேவையான

சோழர்கால மண்பாண்டங்களும் புலி இலச்சினைகளும் நிலங்களில் ஊறத் துவங்கின. அவ்வமயம் சுதந்திர அறிவிப்பு யாத்திரைக்காக ஊரைவிட்டு வெளியேறிய நீலனுடைய மனைவி செங்கம் ராகு உச்சமாயிருக்க ரோகிணி நட்சத்திரத்தில் அழகிய சிறு மட்பாண்டத்தை ஈன்றெடுத்தாள். (பிறகு அம்ம ட்பாண்டம் வளர்ந்து அக்கிராமத்தின் நீர் தொட்டியாக மாறியது பெருங்கதை. ஆயுளும் சமயமும் இருந்தால் அது பற்றியும் எழுதுவேன்.)

பின் நிலங்களில் மண்பாண்டங்கள் மறைந்து நெல் தோன்றி நன்கு விளைய ஆரம்பித்தது. அப்போது நேருவிற்கு சொந்தமான பௌர்ணமி இரவொன்றில் அவர்களுடைய நிலங்கள் தொலைந்து போயின. மக்கள் அழுதவாறே சிங்கனிடம் சென்று முறையிட்டனர். முன்பொரு காலத்தில் சந்திர வழிபாடு தன் மரணத்து வாயிலிருக்கும்போது மலைகள் ஒட்டிய கானகத்தில் பறவைகளின் அரசனாக விளங்கிய சிறிய அண்ட பேரண்டப்பட்சி ஒன்று அப்பிரதேச நிலத்தைக் கொத்திப் போன பின் காளி அப்பட்சியுடன் பதினாறு நாட்கள் தொடர்ந்து போராடி அதனை வென்று நிலத்தை மீட்க கதையொன்றை கூறும் ஓலைச் சுவடி ஒன்றை படித்துக் காட்டி அவர்களுக்கு ஆறுதல் சொன்னார்.

அக்கிராம மக்கள் நிலங்களைத்தேடி அலைந்தபோது அரசாங்கத்தால் ஆகாயத்திலிருந்து தெளிக்கப்பட்ட ஆநிரைகள் அவர்களுக்கு சொந்தமாயின. ஓரிரு வாரங்கள் கழிந்து அகழ்வராய்ச்சிக் குழு ஒன்று தொலைந்து போன நிலங்களை கையிலேந்திக் கொண்டு அக்கிராமத்துள் நுழைந்தது.

அக்கிராம ஆடவர்கள் அனைவரும் அகழ்வாராய்ச்சிக் குழுவினரால் நிலங்களில் வேலைக்கு அமர்த்தப்பட்டனர். கொட்டில்களில் நிரம்பியிருந்த ஆநிரைகளை பெண்டிர் கவனித்துக் கொண்டனர். அவ்வாறாகக் கழிந்த நாட்களுள் ஒன்றில் நிலங்கள் தோண்டப்பட்டபோது லட்சக்கணக்கான மண் புழுக்களின் கீழே பிளாஸ்டிக்கினால் ஆன மேகி நூடுல்ஸ் பாக்கெட் ஒன்று கிடைத்தது. இன்றும் அது ஜெனிவாவில் உள்ள அகழ்வாராய்ச்சி அருங்காட்சியகத்தில் ஆராய்ச்சியாளர்களுக்கு சவால்விட்ட வண்ணம் குளிர் பதனப்படுத்தப்பட்ட பெட்டியில் வீற்றிருக்கிறது மீண்டும் அவர்கள் தோண்டினார்கள். அப்போது டினோசாரின் புடுக்கெலும்பு ஒன்று கிடைத்தது. இன்றும் அது டினோசாரின் புடுக்கெலும்பா அல்லது ஆண் யானையின் புடுக்கெலும்பா என்று சர்ச்சைகள் தொடருகின்றன. பிறகு நிலங்கள் கிணறுகளாக

உருவெடுத்தபோது நேருவின் தலைமையின் கீழ் நடைபெற்ற பிரிவுபசார விழா முடிந்ததும் அக்குழு அங்கிருந்து கிளம்பியது.

ஆடுகளை விற்றுவிட்டு சந்தையிலிருந்து திரும்பிய சுக்ரீவன் சந்தையில் சப்தம் பெருகி விட்டதாகவும், சந்தைச் சுவர்களில் முளைத்துக் கொண்டிருக்கும் பெரும் உருவங்கள் திசைகளை நோக்கி ஊடுருவதாகவும் கூறினான்.

கிராமக்குடிகள் சிங்கனை அணுகி விசேஷம் அறிந்துகொண்டு வருமாறு வேண்டினார்கள். ஏற்கனவே சுதந்திரக் கேள்விகளால் பாதிக்கப்பட்ட சிங்கன் சற்று சோர்வுடனே காளியை வணங்கிவிட்டு பாதி எலுமிச்சை பழமும் கொஞ்சம் திருநீறும் பெற்றுக்கொண்டு சந்தையை நோக்கி பயணமானார்.

சென்று திரும்பிய அவர் கூறியதாவது:

இதுவரை காளியன்றி வேறு யாரும் நமது குறைகளைக் கேட்டுக் கொண்டதில்லை. இனி காளி தவிர வேறொருவரும் நமது குறைகளை செவிமடுக்க இருக்கிறார். யார் நமது குறைகளைக் கேட்பது என்பதற்காக போட்டி ஒன்று நடக்க இருக்கிறது. அதனை தேர்தல் என்று சந்தையில் அழைக்கிறார்கள். அப்போட்டியின் விளைவே சுவரில் உருவங்கள். யாரும் பயப்படவேண்டியதில்லை அவர் கூறி முடித்ததும் கேள்விகள் முளைத்தன.

அவையாவன:

1. காளி போல அவருக்கும் ஆடு வெட்டுவார்களா?
2. காளி மாதிரி குறையை மட்டும் கேட்டுக்கொள்வாரா? அல்லது நிவர்த்தியும் செய்வாரா?
3. யாரைத் தேர்ந்தெடுப்பது?

ஓரிரு நாட்களில் ஓட்டுப்பட்டியலை உறுதி செய்ய வந்த அரசாங்க அதிகாரிகளின் விஜயம் அவர்களுடைய குழப்பங்களைத் தீர்த்து வைத்தது. ஆனாலும் 3 கேள்விக்கான விடையை மட்டும் அவர்களால் அறிந்து கொள்ள முடியவில்லை.

சுதந்திர அறிவிப்பு யாத்திரையில் கலந்து கொண்ட ராயன், அங்கதன், நீலன், இரண்டாம் சடையன் ஆகிய நால்வரும் ஊர் திரும்பினார்கள். அவர்கள் கதராடையும் தொப்பியும் அணிந்து கொண்டு இருந்தார்கள். அவர்களுக்கும் 3 கேள்விக்கான விடை

தெரியவில்லை. ஆனால் அவர்கள் 'ஆடு' சின்ன வேட்பாளரை அவர்கள் யாத்திரையின்போது அறிந்து கொண்ட காரணத்தால் ஆடு சின்னத்தை தேர்ந்தெடுக்கலாம் என்று கூறினார்கள்.

தேர்தலுக்கு முந்தையநாள் மூன்றாவது கேள்விக்கான விடையை காளியே கூறினாள். அன்று பகல் சிங்கனின் கனவில் காளி தோன்றிய காரணத்தால் காளி சிலை முன்பு அவர் சாமி வந்து ஆடினார். ஆட்டத்தின் இடையே பாடினார். பாட்டிலே அவர் ஆடு சின்னத்தை கூறினார். பின் மயங்கி விழுந்த அவர் மூர்ச்சை தெளிந்து நடந்து முடிந்த நிகழ்ச்சிக்கு காரணம் காளியன்றி வேறுயாருமில்லை. ஆட்டு சின்னத்திற்கு ஓட்டு அளிக்க வேண்டியது காளியின் கட்டளை என்றார். அப்போது யானை விட்ட குசுபோல வானம் பதினாறு முறை அலறியது. கிராமத்திற்கு சற்று கிழக்கே சுமார் 2 கிலோ மீட்டர் தொலைவில் அமைந்திருந்த ஓட்டுச் சாவடியில் மக்களைவிட அதிகாரிகள் குழம்பினார்கள். காளிக்கு கூறிய சின்னத்தில் சரபனின் சித்தப்பனும் வேப்பம் கள் குடியனுமான மாரீசன் தவிர மற்ற அனைவரும் முத்திரை இட்டார்கள். காளியின் சின்னமே வெற்றிச்சின்னம். காளி யாரும் அறியாவண்ணம் நாக உருவெடுத்து மாரீசனைக் கொன்றாள். ஆனாலும் சிங்கன் இதை அறிந்தார்.

வெற்றி பெற்ற 'ஆட்டு' வேட்பாளர் காளிக்கு ஆடுவெட்ட கிராமத்திற்கு வருகை புரிந்தார். பின் அவர்களுடன் கலந்து உண்டார். பின்பு பிரிந்த அவர் அடுத்த தேர்தலுக்கு முன்பே வருகை தந்தார். பின்பு தொடர்ந்து நடந்த தேர்தல்களில் காளி தேர்ந்தெடுத்த சின்னமே (ஆடு) வெற்றி பெற்றது. ஐந்தாண்டு திட்டம் ஒன்றின் கீழ் நீண்டநாள் தடைபட்டு மீண்டும் தன் போக்குவரத்தை தொடர்ந்த நதி தொம்பாவின் பெயர் மாற்றப்பட்டு மொழித்தந்தை ஒருவரின் பெயர் சூட்டப்பட்டதும் கோபமடைந்த கயவன் தொம்பா மீண்டும் போக்குவரத்தை நிறுத்திவிட்டு ஆன்மாக்கள் நிரம்பிய வனத்திற்கு ஏகினான்.

மிஞ்சிய நிலங்களும் (கிணறுகளும்) காய்ந்து போயின. கால்நடைகளால் நிரம்பியிருந்த கொட்டில்களில் காளியின் பால்ய நண்பன் சூன்யம் குடியேறினார். மிஞ்சியவை புல்லாங்குழல்களே. இன்றும் அவர்களின் சந்ததியர் சமவெளிகளில் புல்லாங்குழல் கொண்டு கானமிசைக்கின்றனர். இறந்த நமது மூதாதையர் குறித்தும், தொலைந்துபோன கால்நடைகளுக்காக வருந்தியும் விரிகிறது அதன்

கானம். கானத்திற்கு ஓடிவந்த அநிரைகளின் காலம் மறைந்து போன புதிய உலகில் குப்பை காகிதங்களை மட்டும் லேசாக அசைகிறது கானம்.

நீலனின் மனைவி செங்கம் ஈன்றெடுத்த மண்பாண்டம் உரிய வயதை அடைந்து சற்றே விரிந்து வளர்ந்தது. அதன் ரகசியம் பாவிய நாட்களுள் ஒன்றில் ஆராய்ச்சியாளர்களும் அரசாங்க அதிகாரிகளும் நிரம்பிய குழு ஒன்று அக்கிராமத்துள் நுழைந்தது. மண்பாண்டத்தை ஆராய்ந்த அவர்கள் அதன் காலம் இரண்டாயிரம் ஆண்டுகளுக்கு முன்பானதாகவே இருக்க வேண்டும் என தீர்மானித்து அதனை அரசாங்கத்திடம் ஒப்படைக்குமாறு கூறினார்கள். செங்கம் மறுத்துவிட கிராமவாசிகளுக்கு எதிராக எந்த நடவடிக்கையும் பயன்தராது எனவுணர்ந்து அவர்கள் திரும்பிப் போனார்கள். கால்நடைகளுக்குத் தேவையான புல் நிரம்பிய சமவெளிப் பிரதேசத்தில் பூதமொன்று புதிதாக முளைத்தது. மலைகளூடே மின்மினி கண்களோடு ஓலமிட்டு ஓடி மறையும் அக்கரும்பூதம் தன் எல்லை தாண்டி ஊருக்குள் நுழைந்ததில்லை என்றாலும் அவர்களுக்கு பெரும் பயம். ஒருமுறை அத்துமீறி பூதத்தின் ராஜபாட்டையில் நுழைந்த சரபனின் ஆடுகளுள் ஒன்று ரத்தம் உறிஞ்சப்பட்டு உடலுறுப்புகள் தாறுமாறாய் கிழிக்கப்பட்டு பூதத்தின் உலோக வால்களுக்கிடையில் காணக்கிடைத்தது.

கடும் புல் பஞ்சத்தால் மிஞ்சிய ஆடுகள் உயிர் தரிக்க வேண்டி அங்கதன் ஆடுகளோடே பிரதேசத்திற்குள் பிரவேசித்தார். அவர் ஒரு உயர்ந்த மரத்தினடியில் அயர்ந்து உறங்கிக் கொண்டிருக்க ஆடுகள் சமவெளியில் மேய்ந்துகொண்டிருந்தன. அப்போது ஒரே பிரசவத்தில் ஐந்து சிசுக்களை இறக்குமதி செய்ய இருக்கும் பெரும் கர்ப்பிணியின் பிரசவ வேதனை ஒலியை அவர் செவி முகர்ந்தது. திடுக்கிட்டு விழித்த அவர் பரிதாப ஓலத்தோடே கரும்பூதம் விட்டு விட்டு மூச்சுவிட்டுக் கொண்டிருந்ததைக் கண்டார். பயம் விலக, அதனருகே செல்லவும் தொடங்கினார். சென்றவர் அதன் உலோக வாய்க்களுக்குள்ளே பூதத்தால் விழுங்கப்பட்ட மனிதர்களையும் கண்டார். கடித்து முடிக்கப்பட்ட கனிகளும் காகிதங்களும் அவர் திசையில் வீசியெறியப்பட்டன. பழங்களைப் பொறுக்கியவாறே அவர் அம்மனிதர்களை நெருங்கிய சமயத்தில் பூதம் ஓடி மறைந்தது. ஆடுகள் சேதமடையாமல் மேய்ந்து கொண்டிருந்தன. ஊருக்குத் திரும்பிய அவர் நடந்த அதிசயத்தை கூறவும் ஆடவர்கள் அப்பகுதிக்கு போய் வரலானார்கள். பயம் முற்றிலும் விலகி அவர்கள் அப்பகுதியில்

விளைந்த குப்பைக் காகிதங்களைச் சேகரிக்க ஆரம்பித்த நாட்களில் அடுத்த தேர்தல் அறிவிக்கப்பட்டது.

கடந்த தேர்தல்களில் தோல்வி அடைந்த அணில் வேட்பாளர், தேர்தல் அறிவிக்கப்பட்டதும் ஒருநாள் அக்கிராமத்திற்கு வருகை தந்தார். கடந்த தேர்தல்களில் ஆட்டிற்கு வாக்களித்த அம்மக்களை அறிந்துகொண்ட அவர், அவர்களின் எழ்மைக்கு இரங்கு முகமாக ஓட்டுரிமை பெற்றவர்களுக்கு தலா 10 ரூபாய் வழங்கினார். பிறகு காளிக்கு கோழி ஒன்று வெட்டப்பட்டது. அக்கிராமவாசிகள் அணில் வேட்பாளரை வணங்கிப் பணத்தைப் பெற்றுக் கொண்டனர். காளியின் சக்தியை அறிந்திராத அவர் இம்முறை அணிலுக்கு வாக்களிக்குமாறு வேண்டி அவர்களிடமிருந்து விடை பெற்றுக்கொண்டார்.

வேட்பாளர் கொடுத்த பணத்தில் ஒரு பகுதியை அனைவரும் காளியின் உணவுக்காக ஒதுக்கி, ஆடு வெட்டி அணில் சின்னத்தை தேர்ந்தெடுக்குமாறு மனமார வேண்டினார்கள்.

தேர்தலுக்கு முந்தைய நாள் கிருஷ்ணதாஸ் காளியிடம் மாட்டிக்கொண்டார். காளி இம்முறையும் ஆட்டையே தேர்ந்தெடுத்தாள். அவர்கள் குழம்பினார்கள். இரவு சந்திரன் மலையுச்சியில் ஏறிக் கொண்டிருந்த வேளையில் அவர்களனைவரும் அத்திண்ணையில் கூடினார்கள். இப்போது காருக்காக எந்தத் தூணில் சஞ்சய் சாய்ந்து கொண்டு காத்திருக்கிறானோ அதை தூணில்தான் கிருஷ்ணதாஸும் சாய்ந்து கொண்டிருந்தார். மக்கள் அனைவரும் வந்து சேர்ந்தவுடன் அவர் பேச ஆரம்பித்தார்.

"நாம் அணில் வேட்பாளரிடம் வாக்குறுதி அளித்துவிட்டு பணத்தைப் பெற்று இருக்கிறோம். காளியோ ஆட்டை தேர்ந்தெடுத்திருக்கிறாள். பிறரை ஏமாற்றுவது நாம் அறிந்திராத ஒன்று. சரி காளிக்காக நாம் ஏன் அணில் வேட்பாளரை ஏமாற்ற வேண்டும். காளியால் நாம் அடைந்த பயன்தான் என்ன. நாம் இதுநாள் வரை காப்பாற்றி கொண்டு வந்த நேர்மையை எதற்காகக் கைவிட வேண்டும். நாம் அணிலுக்கு தான் வாக்களிக்க வேண்டும். !

சிங்கனின் நேர்வழிச் சீடனும், எல்லோருக்கும் இளையவனுமான அமந்தன் பேசலானான்.

"ஐயா காளியிடமிருந்து உதவியை எதிர்பார்க்கும் நாம், காளிக்கு செய்ய வேண்டிய கடமைகளை ஒழுங்காகச் செய்வதில்லை. அதன்

விளைவாகவே நாம் நமது உடமைகளை இழந்து வருகிறோம். கிருஷ்ணதாஸ் வயதானவர். எப்படியும் அடுத்த சில வருடங்களில் இறந்துவிடுவார். நாம் எவ்வளவு நாள் காளியை பகைத்துக் கொண்டு உயிர் வாழமுடியும். மேலும் காளி நம்மை விடமும் அறிவில் சிறந்தவள். அவள் ஆட்டைத் தேர்ந்தெடுத்த காரணம் பற்றி ஆராயும் அளவுக்கு நாம் அறிவு கொண்டவர்கள் இல்லை. ஆகவே நாம் ஆட்டிற்கே வாக்களிப்போம்".

கிருஷ்ணதாஸ் மீண்டுமெழுந்தார்.

"இதையெல்லாம் முன்பே யோசித்துதான் சிங்கன் பணத்தைப் பெற வேண்டாமென்று கூறினார். இப்போது பணத்தையாவது திருப்பி கொடுப்பதுதான் நியாயம்".

கூடியிருந்தவர்கள் முதன்முறையாக பேச்சில் புகுந்தனர்.

"பணத்தைத் திருப்பிக்கொடுக்க நம்மிடம் பணம் ஏது. பணத்தை திருப்பிக் கொடுக்காத வழியையே நாம் தேர்ந்தெடுக்க வேண்டும்."

அமந்தன் மீண்டும் பேசினான்.

"நாம் அணில் வேட்பாளரை ஏமாற்றினால் அவரால் அறிந்துகொள்ள முடியாது. ஓட்டுதான் ரகசியமானது என எனது குருநாதர் சிங்கன் கூறியதை நாம் நினைப்பிலெடுத்துக்கொள்ள வேண்டும். இது காளி நமது பக்தியை பரிட்சை செய்ய இட்ட சோதனை என்றே நான் நினைக்கிறேன். இதில் நாம் தேறிவிட்டால் காளி நம் வருங்காலத்தை செம்மைப்படுத்துவாள். மேலும் ஆட்டு வேட்பாளர் தாம் வெற்றிபெற்றால் நமது வளமான வருங்காலத்திற்கு உத்தரவாதமளித்திருக்கிறார். நாம் ஆட்டிற்கே வாக்களிப்போம்".

கிருஷ்ணதாஸும் அவர் சார்ந்த மக்களும் அத்தீர்மானத்திலிருந்து விலகி நின்றது ஒரு பொருட்டாக மதிக்கப்படவில்லை. அந்தத் தேர்தலில் ஆடே மீண்டும் வெற்றி பெற்றது. மரணத்தின் வாடை கிருஷ்ணதாஸையும் அவர் சார்ந்த மக்களையும் நோக்கி விரைந்தது. 'ஓட்டு இரகசியமானது அல்ல' என நினைத்து முடித்த தருவாயில் அவர்கள் மரணம் அடைந்தார்கள்.

கிருஷ்ணதாஸ் &co இறந்த பதின்மூன்றாம் நாள் அவர்களுடைய ஆநிரைகள் கரும்பூதத்தின் உலோக வால்களுக்கிடையே இறந்து காணப்பட்டன. ஆநிரை அற்றோர் பிச்சை எடுக்கத் தொடங்கினார்கள்.

அடுத்த ஐந்தாண்டு திட்டத்தின் கீழ் மலையடிவாரத்தில் பல புகைவண்டிகள் ஓடத்துவங்கினர். அக்கிராமவாசிகளுக்கு அதிக குப்பைகள் கிடைத்தன. 'குப்பை சேகரிப்பு நிலையம்' அருகாமையிலுள்ள ஒரு சிற்றூரில் வாக்களித்தபடி எம் எல் ஏ வால் நிறுவப்பட்டது. அவ்வூருக்கு கிழக்கே இரண்டே இரண்டு மைல் தொலைவில் அமைந்திருந்த புதூர் ரயில் நிலையத்தில் 'புகை வண்டிகள்' பல ஐந்து நிமிடம் முதல் முப்பது நிமிடம்வரை நிற்கத்தொடங்கிய காலம் அவர்கள் வாழ்வின் பொற்காலம். பிரதேச ஆடவர்கள், கடலை, முறுக்கு, மோர் வியாபாரங்களை நிற்கும் புகைவண்டிக்குள்ளே தொடங்கினார்கள். சிறுவர்கள் புகைவண்டியுள்ளேயே குப்பைகளைப் பொறுக்கவும், பூட் பாலிஷ் செய்யவும் கற்றுக் கொண்டார்கள். மிஞ்சிய முதியவர்களுக்கும், பிச்சை எடுப்பதன் மூலம் போதிய வருவாய் கிடைத்து வந்தது. தந்தையையும் தாயையும் இழந்த கிருஷ்ணதாஸின் மூத்த மகள் சொக்கி தேங்கி நிற்கும் குட்ஸ் வண்டிகளில் இரவு வேளைகளில் தன்னுடம்பை மூலதனமாக்கி கொண்டாள். அவ்வப்போது பிச்சை எடுத்துக் கொண்டிருந்த முதியவர்கள் ஒருவாரம் வரை ரயில் நிலையத்திலேயே தங்கி பிச்சையெடுத்தார்கள். போதுமான அளவு சில்லறை சேர்ந்தபின்பே அவர்கள் கிராமத்திற்கு திரும்பினார்கள்.

"காசு தீரும்வரை ஊரிலேயே கழித்து பின் அவர்கள் பிச்சையெடுக்க கிளம்பினார்கள். ஆனாலும் அவர்கள் தொடர்ந்து இயங்கும் ஒரு வாரத்திற்கு மேல் தங்கியதில்லை. இப்போது இளையவனான விஜயனின் தாத்தா இரண்டாம் சிங்கனே விதிமுறைகளை உடைத்து பிச்சையை வெற்றிகரமான வியாபாரமாக்கினார். ஆனாலும் அவராலும் காளிக்கு எதிராக வாக்களித்த கிருஷ்ணதாஸின் மகன் நொண்டிப் பிச்சையை போல் வசூலை குவிக்க முடிந்ததில்லை. இன்றும் தாத்தாவுடன் தண்டவாளங்களூடே அலைந்து திரிந்த காலத்தைச் சொல்லி மகிழ்கிறான் விஜயன்.

பிச்சை எடுப்பதன் மூலம் கிட்டும் வருவாய் மோர் கடலை வியாபாரங்களை மிஞ்சவே கிராம ஆடவர்கள் பலர் முதியவர்களானார்கள். முதியவர்களின் புதிய எண்ணிக்கையால் வியாபாரத்தில் சோர்வடைந்த பெண்டிர்கள் பலர் விபச்சாரத்தில் நுழைந்தார்கள். விபசார வயதைக் கடந்த பெண்டிர் தம் பிறவியை நொந்தவாறே பிச்சை எடுத்துக் கொண்டிருந்தார்கள்.

பின் தோன்றி மறைந்த இரண்டு மூன்று தேர்தல்களிலும் காளி ஆட்டையே தேர்ந்தெடுத்து வெற்றி பெறச் செய்தாள். ஆட்டு எம்.

எல். ஏ வாக்களித்தபடி கிராமத்திற்கு அருகாமையிலுள்ள ஊரில் பள்ளிக்கூடம் ஒன்று தொடங்கப்பட்டது... ஆனாலும் சிறுவர்களை பூட் பாலிஷில் கிடைக்கும் வருவாய் பள்ளிக்கூடத்திற்கு செல்ல அனுமதிக்கவில்லை. அவ்வாறான நாள் ஒன்றில் ஓலைச் சுவடிகளைப் படித்துக்கொண்டிருந்த சிங்கனை ஓலைச்சுவடியில் பொதிந்திருந்த எழுத்து ஒன்று கழுத்தை நெரித்துக் கொன்றது. அவருடைய மரண ஊர்வலத்தில் கலந்து கொண்டவர்கள் பெரும்பாலும் முதியவர்கள். அன்று அடித்த கடுமையான வெயில் சிங்கன் உடல் மேல் படிந்திருந்த ஓலைச்சுவடிகளை எரித்தது பிரதேச பறவைகளின் சாம்பலால் வானம் இருண்டது காளி சிலையை அவர் பிணம் கடந்தபோது பேராசையோடு அறுந்து விழுந்தது காளியின் வலதுகரம்.

தொடர்ந்து தோல்விகளால் அவதியுற்ற அணில் வேட்பாளர் தனது அந்திம காலத்தில் வடக்கே பெருகி வளர்ந்து கொண்டிருந்த கட்சி ஒன்றுக்கு தாவினார். தாவிய நாட்களுள் ஒன்றில் அவர் காளியிடம் ஒட்டாசி பெற அப்பிரதேசத் தொண்டர் படைசூழ அக்கிராமத்திற்கு விஜயமும் செய்தார். அவர் காளி சிலையின் முன்னே தனது கட்சியின் சம்பிரதாயப்படி கட்சியின் சின்னமான சூலத்தை நிறுவினார். வெள்ளி முலாம் பூசப்பட்டது அந்த சூலம். காளிக்கு ஆடு வெட்டி மக்களுக்கு அன்னதானம் செய்தார். 'இம்முறை தான் வென்றால் காளி தன் இழந்த கையைப் பெறுவாள்' என அவர் சூளுரைத்தார். இம்முறை காளியின் ஆசி சூலத்திற்குத்தான் என அவர்கள் எண்ணினார்கள். தொகுதியெங்கிலும் பல சூலங்கள் நிறுவப்பட்டன. அப்போது தேர்தல் நாள் அறிவிக்கப்பட்டது. பல கட்சிகள் குதிக்கும் முதல் தேர்தல் இது. சூலத்தின் புகழ் மேலும் பரவப் பரவ மற்ற கட்சிகளும் காளி மீது தாங்கள் கொண்ட பக்தி எவருக்கும் குறைந்ததல்ல என்பதாய் பிரதேச காளிகளுக்கு ஆடும் கோழியும் வெட்டினார்கள். சுயேட்சை வேட்பாளர்கள் ஒருவர் நரபலி கொடுத்ததாய் வதந்தி பரவிய சமயத்தில் கைது செய்யப்பட்டார்.

இப்பிரதேச காளியின் சின்னம் தேர்ந்தெடுக்கும் சக்தி பற்றிய செய்தி கிராமவாசி ஒருவர் ஆனால் முதன்முறையாக வெளியில் பரவியது. அதற்கான பயனை அக்கிராமவாசிகள் அடைந்தார்கள். பிரதேச மக்கள் அதுநாள் வரை அனுபவித்திராத அளவு ஆடுகளும் கோழிகளும் முறையான இடைவெளிகளில் காளிக்கு வெட்டப்பட்டன. வரலாறு காணாத வகையில் கழிப்பறைகளில் மலம் குவியலாயிற்று. அக்கிராமவாசிகளில் ஒருவர் சிங்கனை நினைவு கூர்ந்தார். இந்த மாதிரியான உலகத்தையே காளி ஒருநாள்

வழங்கப் போவதாய் சிங்கன் அடிக்கடி கூறுவார் என்றார். இறுதிச்சுற்றில் ஆட்டு வேட்பாளருக்கும் சூல வேட்பாளருக்கு மட்டுமே வெற்றி வாய்ப்பிற்கான அறிகுறிகள் தென்படத் துவங்கின. ஆட்டு வேட்பாளரன்றி வேறு யாரும் பணம் அதுவரை தராமல் போனாலும் சூல வேட்பாளரின் பணத்தை அவர்கள் எதிர்பார்த்துக் கொண்டிருந்தார்கள்.

காளி எல்லோருக்கும் இளையவனான விஜயனை தேர்ந்தெடுத்தாள். அவனுடைய கனவில் காளியின் குரல் தீர்க்கமாக ஆடு என்று அறிவித்தது. அவர்களும் ஆட்டிற்கே ஓட்டளிக்க வேண்டும் எனத் தீர்மானித்தார்கள்.

அனைவரும் கதை ஆரம்பித்த திண்ணையில் வந்து அமர்ந்து கொண்டார்கள். இரண்டு தேர்தல்களாகவே அவர்கள் காரில்தான் வாக்களித்த சாவடி வரை சென்று வந்தார்கள். உரிய நேரத்திலும் வராமல் போகவே காரின் ஷேமமறிந்து வர அங்கதன் சைக்கிளில் பயணமானான். பிற்பகல் முடியும் தறுவாயில் அவன் ஏகினான். வரவேண்டிய வாகனம் விபத்தில் சிக்கிக் கொண்டு விட்டதாகக் கூறினான். சூரிய வெப்பம் அன்று அதிகம் ஆனாலும் ஆட்டிற்கு ஓட்டளிக்காதவர்களுக்கு நேர்ந்த கதியை எண்ணி பார்த்து அவர்கள் சாவடி நோக்கி நடந்து செல்லலானார்கள். மூன்று மைல் தூரமென்பது அவர்களுக்கு இத்திசையில் பழக்கமானது அல்ல. இத்திசையில் வாகனங்களுக்கு பழக்கமான கால்கள் தள்ளாடின. ஒருவழியாய் அவர்கள் நான்கு மணியளவில் சாவடி அடைந்தார்கள். முதலில் ஓட்டளிக்கச் சென்றவன் அங்கதன். ஒரு பைத்தியக்காரனை அடிப்பது போல் அதிகாரிகளாலும் போலீஸாலும் தாக்கப்பட்டான். முன்பே ஓட்டளித்து விட்டு மீண்டும் ஓட்டளிப்பவனுக்கான அடி இது. அவனுக்கு நேர்ந்ததே அக்கிராமக் குடிகளனைவருக்கும் நேர்ந்தது. தாங்கள் ஓட்டளிக்கவில்லை என அவர்கள் அதிகாரிகளிடம் விரலைக் காட்டி வாதாடினார்கள். மேலும் அவர்கள் காவல் துறையால் காயமடைந்தார்கள். பின் அவர்கள் சோர்வுடனே கிராமம் நோக்கித் திரும்பினார்கள். இது மாதிரியான காயங்களை அவர்கள் எப்போதும் பெற்றதில்லை. காயங்களின் வலியை விடவும் ஏமாற்றத்தின் துக்கம் பெரிதாக இருந்தாலும் தங்களின் இயலாமைக்கு காளி அளிக்கப் போகும் தண்டனையை எண்ணியே பெரிதும் பயந்தார்கள். அடுத்த நாள் சூலத்தின் வெற்றி காளியின் வெற்றியெனக் கொண்டாடப்பட்டது. காளியின் கோபத்தைத் தணிக்க வேண்டி அக்கிராமவாசிகள் மிஞ்சிய ஒரு ஆட்டையும் பலி

கொடுத்தார்கள். பயத்தால் முந்தைய இரவு தூக்கத்தை முற்றிலும் பலி கொடுத்த கிராமவாசிகள் அன்று உடலயர்ச்சியால் விளைந்த கடின தூக்கத்தின் இறுதிப்படியில் இறந்துபோன மலர்களின் மணத்தின் துணை கொண்டு பெருங்கனவு ஒன்று விரியக்கண்டனர். புகையின் இடையே வெடித்து சிதறிய காளி சிலையின் கூர்மையான பகுதி ஒன்று அவர்களின் கனவைக் கிழித்தது. தூக்கம் கலைந்த பதறி அடித்துக் கொண்டு ஓடும் வேளையில் முளைத்தது வெள்ளி. நிமிர்ந்த சூலத்திற்குப் பின்னால் காளி சிலையை காணோம்.

சிதைவு - 1991

சதுரம் வெளி: எதிர் உருவம்

தேதி 12-4-86 கல்லூரி 1981-84

R.M.H. Corporation - 4 மாதம்

1400 ரூபாய்

Bangalore Automobiles - 2. 5 மாதம்

ஸ்ரீகாந்த் - I.C.W.A, A.C.S, C.A inter – 14-2-1963

ரெங்கு - A.C.S, C.A – 12-6-1962

என. கூ. - I.C.W.A, C.A inter – 16-4-1964

ஜகதீஸ் - வங்கி

டெல்லியிலிருந்து மாமா - 22-5-86

மெல்லிய மீசை

வாயேன்டா

போய்த்தான் பாரேன் - அம்மா

ஜே. சு & co – Migrating to Bombay

July 18- ல் டெல்லி GG.T-ல் தான் இடம்

Send off – Srikkanth, Jessy, ஏட்டு, Bala கண்டி, சேகர், ராமசாமி

அழுக்காயும் அழகாயும் டில்லி

6 இண்டர்வீயுக்கள்

Tata – Burroughs- Daily Wages – 60 ரூபாய்

3 மாதம் ஆகலாம்

இந்தி தெரியாது, ஆங்கிலம் தெரியும்

இந்தி தெரியும் போது

900 ரூபாய்

45:62

நாட்கள்:இண்டர்வியூக்கள்

Concept Pharmaceuticals, Joseph Chacko

Arora Typing Tender லஞ்சம்

தமிழர்கள் உழைப்பாளர்கள்

Sunday come to my residence

I'll see something to be done to you

A.C.S Entrance

தேறாது.

What do you thing of Sales

O.K.

I"ll se that you'll get transferred to your place. Book air ticket for Bombay.

செய்வான் Arora

தேதி 12-4-86

முற்றிலும் உருப்பெறாத வழிபாட்டின் வக்ரானுபங்களில் திளைத்துவிட்ட உறவின் இறுக்கம் எதிர்த்த நிலையில் பிராந்தியத்தை விட்டு ஓடத்துவங்கின மனக் கடிகாரங்கள். நிஜம்தானா என்று கேள்வியின் ஜுவாலையில் ஆடத் துவங்கின ஸ்தாபன தூண்கள் புராதன மனிதனின் சாயலை நான் இழுந்துவிட்டதில் எழும்பிய

துயரத்தைக் காட்டிலும் அறிந்து கொண்டதில் என்னை நான் விரும்பத் தொடங்கினேன். அறிய மறந்தவர் முன்னாள் அறிந்துகொண்டதில் என் காகித சிறகுகளான T-Shirt, Shoe, I class Cinema. 8 ரூபாய் ஹேர் - கட்டிங். Veg-Nan, James Hadley Chase எரிந்துபோனதில் நான் என்னுள் கவர்ச்சி கூடிய தோற்றம் கிடைக்கக் கண்டேன்.

முழுமையின் சாயலைக் கொண்டதான பாவனைகளோடு சிரித்தழுதன சிலைகள். ப்ரதிமைகளின் வடிவங்கள் கொண்ட தோற்றம். மினுக்கிய மினுக்கு பேரொளியென இரவுப் பாடகன் பறையறிவித்தான். நான் சிரிக்கலானேன்.

வெளவால் புழுக்கையின் மணம் பழமையின் சன்னிதானத்திற்கு இட்டுச்செல்லும் கையென நம்பிய காலத்திலும் கூட யானை பள்ளங்களை அறிந்து கொண்டேன். சகர் பாதையை நம்பி தவறியது தாமே என பள்ளத்திலிருந்து முணுமுணுக்க நான் மேலும் சிரிக்கலானேன்.

சிரிப்பின் வீரியத்தில் காது அறிந்த நிலையில் அவர்கள் சிரிப்பில் பொதிந்த சப்த ஸ்வரங்களைக் கேலி செய்யலானார்கள்.

டில்லி

ஆனாலும் ஊரின் ஆத்மாவை அறிய விரும்பியதில் என் முயற்சி தொடர்ந்து கொண்டேதான் இருந்தது, சொந்த ஊருக்கு செல்ல வேண்டுமென்ற அவா ஒத்திப் போடப்பட்டுக் கொண்டே இருந்தது. சரணாலயங்கள் பருவத்தைப் பொறுத்ததே. தமிழ் நாட்டிலிருந்து வந்த அனைவரும் சந்தோஷத்தை கழட்டி வைத்துவிட்டுத்தான் பேசுகிறார்கள். சீச்சீ பழம் புளிக்கும் என்பதாய் ஊருக்குப்போக வேண்டிய ஆசை முற்றிலும் இழக்காத நிலையில்.

சொந்த ஊரின் விடலைத்தனத்தையும், சோம்பேறி உணர்வையும் தீவிரமாய் விமர்சித்தான் ரவி இந்த கட்டிடத்தை தாங்கி நிற்கும் அஸ்திவாரம் முற்றிலும் வர்ணம் அடிக்கப்படாத நிலையில் காணக்கிடைக்கும். விழுங்கிய மாத்திரைகளே நினைவுகளென்றான்.

எனக்கு முன்னாள் ரவி தமிழ்நாட்டில் செட்டில் (Settle) ஆகிவிடவேண்டும். என்னைவிடவும் ரவிக்கான இழப்புகள் அதிகம். கோயில் நதிப்பெண்கள் மலையேற கண்ணப்பன் அனைத்தும் வதந்திபோல மறைந்துவிட்டது. Confirmationக்கு பிறகுதான் விடுமுறையெல்லாம். மாலை நெருங்கலாயிற்று.

ரயில் தாமதமானால் சுற்றுப்புற ஊர்களை அதிகாலையில் காண முடிந்தது ஊருக்கு 10 கிலோ மீட்டர் முன்னமேயே தயார்படுத்திக்கொண்ட விதத்தில் ஊர் அளிக்கப்போகும் செய்திகளை கணிக்க முடியுமா என்ன ?

உறைந்து போய் நின்ற மேகங்களில் நிலா. வயல்கள் அப்ரதட்சணமாய் நகர்ந்தன. ரயில்வே கேட்தான் கூட்டமாய் மனிதர்களை நாளுக்கு அறிமுகப்படுத்துகிறது. காத்திருக்கும் கரும்பு லாரி, வைக்கோல் மாட்டு வண்டிகள், ஹோம பண்டிதர்கள், டியூசன் செல்லும் BSA சைக்கிள் மாணவன், N.C.C. Cadres, தலையில் காய்கறிக்கூடை பெண்கள், இடை நுழைய முயற்சித்து ஸ்தம்பித்து நிற்கும் மோட்டார் சைக்கிள்; அதே.

ரயில் தாள கதி துணை செய்ய காத்திருந்த ஊரின் நினைவுகள் தன் இறக்கையை அளவோடு விரிக்க. கடக்கும் ஊர் பலகைகள் நினைவை அறைந்து நிகழிற்கு அழைக்க - கொள்ளிடம் வந்து விட்டது. கோவணமாய் வீரியமற்று ஓடிக் கொண்டிருந்தது நதி. என்னவாயிற்று சுழன்று சுழன்று ஒரே இடத்தில் சுற்றுகிறது நீர். காலத்தை சுமந்து நின்ற கழுதைகள். தம்பி வந்திருந்தான். நான் இறங்கும் முன்னரே என் உடைமைகளை வாங்கிக்கொண்டான். கண்ணில் ஆர்வம் அவனாகவே இருக்க அவனுக்கு முடிந்திருக்கிறது. உருவத்திலும் எனக்கு முன்பு அவன் காட்டிய முகத்திலும், அவனுக்கான என் முகத்தை ரயில் பயணத்தில் சிருஷ்டித்துக்கொள்ள முடியாமல் போயிற்று. எல்லாருக்கும் தனியாக இனி முகங்களை தேட வேண்டும். அதுவரை மௌனத்தால் சமாளிக்க வேண்டியதுதான். மாட்டு வண்டி மறைந்து அதிகமாய் ரிக்ஷா. டிக்கெட்டை நீட்டினேன். பெற்றுக்கொண்டு தம்பியைக் கேட்கும் முன்னால் அவன் கடந்துவிட்டான். நிறைய பேர் இறங்கினார்கள். கூட்டிப்போக வந்தவர்களில் சிலர் கண்கள் என்னைக் கண்டதும் திருப்தியை தெரிவித்தன. முகச்சிருஷ்டி பயம் மீண்டும் பிடித்துக்கொண்டது. டீக்கடை பஜனைப் பாடல்கள், பாதி தேய்ந்த கறுப்புப் பல்லுடன் விலைமாது. காட்சிகள் புதிதாய் அர்த்தம் கொள்ளாது போக முகமடித்து போகும் நதிக்காற்று. கிரிக்கெட் ப்ராக்டிஸ் போய் கொண்டிருக்கும் நான்கள். ஏதோவொன்று மாறியிருக்கிறது ஊர் நிறம் மாறி தோற்றம் தர தேடிய வசீகரம் கிட்டாது துக்கவெளி மேகம் போல் பரவுகிறது. ஊரின் மரணங்களை விசாரிக்கலானேன். தம்பி சொல்லலானான். எனக்கு அவன் அந்தரங்கமானதை அவன் அறிய வாய்ப்பில்லை. அவனறியாத என் முகத்தை அதன்

வீரியத்தை அளவோடு கேள்விகள் திசைவிரித்து காட்ட அவன் மலைக்காது பதில் சொல்லியவாறே வர நதியைத்தேடி மேலே பறவைகள் கடந்ததை நான் கவனித்து நின்றதைக் கண்ட அவன் மறுபடியும் பதில் சொல்ல நான் சிரிக்க அவன் ஆச்சரியப்பட்ட விதம் மௌனத்தில் நிற்க பதிலுரைக்கப்படாத கேள்விகள் வெளியுள் மறைய - ஊரின் காட்சிகள் காலாவதியான பழைய வாசனையை விசிறியவாறே கடந்தன.

அவசரமாய் வேலைக்கு சென்று கொண்டிருந்தவர்களில் சிலர் நண்பர்கள் அவர்கள் விட்டெறிந்த வணக்கங்கள் ஊரின் பழைய வாசனையை துளைத்தன. நான் இல்லாமல் இருந்து வந்ததற்கான பாவனைகள் அவர்கள் வந்தனங்கள்.

தம்பி அசைந்தவாறே சிரிக்கலானான். அவனுக்கு T-ஷர்ட்டும் ஷூவும் வாங்கி கொண்டு வந்திருப்பதை பின்னால் சொல்லிக்கொள்ளலாம். தம்பி மேலும் பேசலானான். வேலை கிடைத்து பறந்து விட்ட நண்பர்களைப் பற்றியும், வேலையை விட்டுவிட்டு ஓடி வந்து விட்டவர்களையும், எந்த மதிப்பீடும் இல்லாமல் அவனாலும் சொல்ல முடிகிறது. எனக்காய், திருப்தியில்லாத விஷயத்தையும் அவன் சேகரித்து வைத்ததன் விரிவு அவன் படிப்பு பற்றி பேச அழைக்கலாயிற்று. கல்லூரி ஆசிரியர்களை விசாரித்து, கிரிக்கெட், ஸ்டிரைக் கல்லூரியில் நான் செய்த கலாட்டாக்கள், அடித்த கட்டுகள், இவ்வாறு உற்சாகமாக கேள்வியும் பதிலும் என்னை தழுவலாயிற்று.

தன் சாயல்களை ஊர் முற்றிலும் இழந்துவிடவில்லை. மனிதர் மறந்த மறுத்த ஊர்க்கோடி நதிக்கரை வனாந்திர குதிரை உருவங்கள், மயான பூமி. ஓடைகள் நிறம் மாறாத ஒருவித வாசனையோடு மனப்பிராந்தியங்களில் சப்தமிடாமல் பவனி வந்து கொண்டிருந்தது. கடும்பனி காலத்தில் நிலவொளி பிய்க்க முடியாமல் தரையில் ஒட்டிக்கொண்டிருக்க, தூரத்து ரயில் ஓசை, அணைக்க மறந்த வானொலி இசை, பால் மணி நாக்கின் துடுக்கு, பறவைகளின் சிறகொலி, திருடர் பயம். இத்யாதிகள் சாயம் போகா தன்மையில் திட்டுத்திட்டாய் ஊரின் முதல் நிறத்தை தாங்கிக்கொண்டுதான் இருக்கின்றன. மாலையில் ஓர் சுற்று போகலாம் வா என்று அழைத்தான் அசோக். உற்சாகமாய் கிளம்பினேன். கோவில் வாசலில் மணம் பரப்பிய மல்லிகை வியாபாரம். அன்றைய பொழுதின் விமர்சனங்கள். பெண்களுக்காய் முகத்தைச் செதுக்கியபடி காத்திருந்த

தலைவர்கள். கடைவாசலில் நின்று கொண்டிருந்த சமயத்தில் அவள் வந்தாள். அவளா இவள்? அவளாக இல்லாத விதத்தில் வேறு யாராக இருக்க முடியும். இவள் அவனின் அவளேதான் துப்பிய சொற்கள் அவள் உடலில் ஒட்டிக் கொண்டதென ஆடை அணிந்து வந்த காலம். சூட்சும உலகு அதன் எல்லைகளைக் கடந்து பயணப்பட்ட காலம். உறவின் இறுக்கம் போய் வந்து கொண்டிருந்த பாதையின் முகங்களை கை கோர்த்தபடி அகற்றிய காலம். நேற்றைய மனிதனே இன்றைய கலைஞன் என்ற அறிவிப்பு ஏற்படுத்திய குதூகலம் நிரம்பிய வசந்தகாலம், மறதியை அளிக்க மறுத்த சில்மிஷங்கள் அவள் அண்ணியின் குழந்தையின் பராக்கிற்கு விழி சாயத்தவாறே செல்ல, நானும் குழந்தையும் திசையில் என் பார்வையைச் செலுத்த முயன்று, அறிவின் குதர்க்கத்தால் அவளே என்னை முதலில் கண்டதாக என் விழி திசையின் ஊடே புகுந்து சிரித்தாள். பின் என் சிரிப்பை பெற்றதற்கான ஆதாரமாய் என்னை நெருங்கலானாள். அவள் இன்றும் அதிகம் பேசிக் கொண்டிருக்கிறாள். ஒற்றைச் சொல் பதில்களைக்கூட நீண்ட கேள்வியின் கர்ப்பப்பைகளாக மாற்றுகிறாள். ஐயோ அவளை இழந்து இருக்கக்கூடாது. என் இழப்புகளின் வீரியத்தால் அடைத்த தொண்டையும் ப்ரதி திறந்த மூளையும் சிரிப்பிலே நின்றது.

டில்லி போன காலத்தே என்னுள் பிண வாடை வீசக்கண்டேன். நாளடைவில் மற்ற வாசனைகளை இழந்து விட்டதை அறிந்தேன். அவள் கடிதம் எழுதிக் கொண்டிருந்தாள்.

M.S.C-discontd

M.C.A-joined

அண்ணன் -திருமணம் -தந்தி

M.C.A-Ist group cleared

வேலை கிடைத்து விட்டதா?

கிடைத்துவிடும்

கடிதங்களே வருவதில்லை

உன் நினைவாய்

உடம்பிற்கு என்ன?

எவ்வளவு சம்பளம்

எப்போது வருவாய்

அப்பா இறந்து போனார்.

என் சிறகுகள் எரிந்து கொண்டிருந்த நிலையில் ஆறுதலளிப்பதான போலி விகிதங்களை தயார் செய்யத் தோற்ற நிலையில்தான் நான் அவளுள் வெளியேறி விட்டேன் எனவறிந்தேன். இந்நிலையில் ஒரு கடிதம் எழுதினேன். அதற்கும் அவள் மறுத்து! கண்ணன் நீ ப்ரியத்தை மதிப்பதாக இருந்தால் கடிதம் எழுதியிருப்பாய். உனக்கான உலகின் விரிவில் நம் பலூன் வெடித்துச் சிதறித்து விட்டதான மாயையில் நீ என்னை உதாசீனப்படுத்திவிட்டாய். என்றென்றும் ப்ரியங்களுடன் என வேறு முடித்திருந்தாள். பிணத்தையும் நேசிக்கிற ப்ரியம் குமட்டியது. மறுபடியும் எழுதலானேன்.

“எனக்கென தனித்தன்மை ஏதுமில்லையென நீ அறிந்து கொள். சாயல்களின் மொத்தமெனவேதான் நான் உன்னுள் வ்யாபித்து இருக்கிறேன். என் இனிய பெண்ணே நான் உன் முதல் ஆண் நீ என் முதல் பெண் இது தவிர நாம் பரஸ்பரம் பிரியம் கொள்ள வேறு பெரிய காரணம் இருப்பதாய் எனக்கு தோன்றவில்லை நீ மற்றொரு ஆணுடன் இணையும் போது சாயல்களை பெற்றுவிடலாம்”.

முழுமையான சாயல்களைக் கொண்டதாய் மறைந்து கூவும் நமது காதல் ஆழியின் அலறலில் புதைந்து விடும். இது நிகழ்வதே. என்னை சந்திக்க நீ காதலை துணைக்கு அழைத்து வந்த காலத்திலும் உடல்-ரீதியானதே ப்ரபஞ்சத்தில் அனைத்தும் என்றுணர்ந்த அந்த நீல-இரவை மனதுள் Rewind செய்.

யதார்த்தம் கையில் வைத்திருக்கும் கோர ஆயுதங்களுடன் போராடும் மனத்துணிவை நான் இழந்து நபும்சகனாய் காலத்தைக் காட்டி தப்பிக்கவே நினைக்கிறேன். மேலும் நீ அனுபவித்துக் கொண்டிருக்கும் திரவியங்களின் ஸ்வாசப் பாதையை வெட்டி சாய்க்கும் காலனாய் என் பொருளாதாரம். நமது இணைப்பினால் அழிந்துபோய் விடக்கூடிய உன் பந்தங்களையும், திரவியங்களையும் நினை. என் முகங்களின் அழகுகூட அப்போது கோரமாகக் கூடும். பரஸ்பரம் ப்ரியம் கொண்ட நம் குடும்பங்கள் படும் அவஸ்தையும் பொருளாதாரச் சீர்கேடுகளும் பெருந்திரையில் விரிந்து கொண்டுவர... மிச்சமான நித்திரையும் ஊனப்பட்டுவிட்டது. எதிர்காலத்தில் ஒரு துயரமான இரவில் இவையாகவும் பூதமென எதிரில் பயமுறுத்தும் கணங்களில் என்னை மணப்பதன் மூலம் நீ இழந்த திரவியங்களின் வாசனையும் சூழலாம். நீ பொறுத்துக் கொள்வாய் பெண்ணே! அறிவேன். ஆனாலும் உன்னைப் போன்ற உத்தம ஜாதி பெண்ணின் வாழ்க்கையை அவ்வாறானதல்லவே. வாழ்வின் அவலம் எவ்வாறாக இருப்பினும் ஒன்றுதான். ஆனாலும் உடைந்து போய் விடக்கூடிய

பந்தங்கள் மீது நான் கொண்ட பிரியங்களை நீ அறிவாய். வாசுவை நான் மீண்டும் பார்க்க முடியாமல் போய்விட்டால்.

இன்னும் கேள் எனது இழப்பு பட்டியலின் கடைசி வரிதான் நீ. பெண்ணே பாதையை சுத்தமாக்க பூக்களையும் பெருக்க வேண்டித்தான் இருக்கிறது. பின் Birth-day, new year, pongal, deewali greetings அனுப்பியவள் இவள்.

நாளைக்கு முடிந்தால் வீட்டுக்கு வாயேன் என்றாள். அவளை ஆராயும் மனப்பக்குவம் இன்றெனக்கில்லை. ஒரு வேகத்தில் தலையசைய கிளம்பிவிட்டாள். மன மாற்றம் தவிர பருவத்தின் திருவிளையாடல்கள் அவளுள் அசைந்தவாறே அழைத்துச் சென்றன. கார் டிரைவர் பழையவர் தான் சிரித்தார் நாளை செல்ல வேண்டும்.

மீண்டும் வெளியில் பிரவேசித்தேன். அதிகம் விரும்பியதால் பிரதேசத்திலிருந்து வெளியேற ஆயிற்று இரண்டு வருடங்கள். கட்டிடங்களை மறைத்து இப்போது block கட்டிக்கொண்டிருந்தார்கள். கட்டிடங்களைப்பார்த்து கண்கள் புளித்துப் போயிற்று. பூக்கள்மீது நாட்டியம் ஆடிக்கொண்டிருந்த காற்று எனை வாவென அழைத்து என் படிப்பை விரட்டியது இந்த வெளி. என் தந்தைக்கு கோரமுகத்தைச் செதுக்கியது இந்த வெளி இழப்பைவிட கிடைத்த பொக்கிஷங்கள் அதிகம். அதுவே என்னை இதுவரை இழுத்து வந்திருக்கிறது. என்னுள் இருந்த முகம் அனைத்திற்கும் அங்கீகாரம் அளித்தது இந்த வெளி. என்காலம் பழமையில் புதைந்து கிடக்க எல்லாம் பழையதாக இருந்தது. அந்த பழமை கிடைக்கும் வரை வாசுதான் சொன்னான். நேஷனல் காலேஜ் இல் League இருக்கு. Touch ல் இருந்தால் விளையாடு என்றான். இருக்கு என்றேன். பிராக்டிஸில் நாலு ஷாட் மாட்டியது... வயதின் பலத்தில் என் பழைய ரேப்புடேஷனில் அதிகம் பயந்து நண்பர்களுடன் டீ குடிப்பது தவிர்க்க முடியாத விதத்தில் நாளைய ஆர்வம் பொதிந்த நீலக்கண்களில் நாடாவாய் வழிந்து கொண்டிருந்த ஆர்வம். கல்லூரி மைதானத்தில் வெண்குஷ்டமாய் pitch மீண்டும் வேதாளம். அந்த இடத்திற்கு நான் கண் காணாதவனானேன்.

புறக்காட்சிகளிலிருந்தும் சக மனிதர்களிடமிருந்தும் தூரத்தே விலகி நிற்பதாய் உணரலானேன். நான் முன்பு களித்தக்காட்சிகள் மறைந்தது ஒருபுறம் இருக்க, பொருள்கள் முன்பு அளித்த அர்த்தத்தை இழந்து கிடக்க, கிடைத்தாலும் அடைய விரும்பாத பயணத்தில் மனவரங்கம் செல்ல நீலவானத்தில் சோம்பேறிப் பறவைகள் என மேகங்கள். மரங்கள் மீதான என் சிந்தனைகள் உடைந்து

நொறுங்கின. மரங்கள் எனக்கு அளித்த பொய்விந்தைகளை அடையாளம் காட்டியதற்காய் எனது இழப்புகளுக்கு நான் நன்றி சொல்ல வேண்டும். இடிந்து கிடந்த மரங்களில் கட்டப்பட்டிருந்த மாட்டின் கண்களில் அதன் இலக்குகளுக்கு வேலி போட்டதற்கான துக்கம். கயிறு நீளமானதால் இயன்றவரை மரத்தை தொடாமல் சுற்றிச்சுற்றி வந்துகொண்டிருந்தது. ஆனாலும் பிரதேசத்தில் மேயநின்ற ஆடுகளுக்கு மாட்டின் கொம்பு பயம்.

எந்த Down போற கண்ணா மௌனத்தை பயன்படுத்திக்கொண்டு ஐந்தாவது ஆவது Down இருங்கு என்றான் பத்ரி. சொல்லில் மிஞ்சிய போலி நெருக்கம் அதிகாரத்தின் கைகளோடு கொஞ்சி விளையாடிக்கொண்டிருந்தது. வெறுப்பேற்றியது. என்னை தீர்மானிக்க அவன் யார்? என்ற கேள்வி என் இயலாமையால் எரிந்து போனது. சரிய்யா என்றேன். எங்கிருந்ததுடா... எப்படிப் பிறந்தது ஐயா? மார்க்கர் கோவிந்தனுக்கு இந்த ஐயா எப்படி இவனுக்கு கிரீடம் ஆயிற்று.

Opening pair இறங்கினார்கள். கரவொலி வெளியில் கலந்தது. அசோக் நன்றாக ஆடிக்கொண்டிருந்தான். கைகள் துருதுருக்க ஆரம்பித்தன. சீக்கிரம் நானும் விளையாட வேண்டும் என்ற ஆர்வம் புகையாய் சூழ ஆரம்பித்தது. பத்ரியிடம் II Down இறங்குகிறேன் என்று கேட்கலாமா? பத்ரி தனியாக இருக்கும்போது கேட்க வேண்டும். அவன் எல்லோர்க்கும் நடுவில் அமர்ந்திருந்தான். ஒருவழியாய் பத்ரி தனியாக கழன்று என்னை நோக்கிவந்தான். என் அருகே அமர்ந்தான். டெல்லி வாழ்க்கை பற்றி பேச ஆரம்பித்தான். கேள்விகளுக்கு மிக ஜாக்கிரதையாக அவன் மகிழும் வண்ணம் பதிலளித்து போரடிக்கும்போது பத்ரி நான் II Down போகிறேன் என்றேன். இரு வருகிறேன் என்றெழுந்து சரி பாட் கட்டிக்கோ என்றான்.

11. 15தான் இரண்டாவது விக்கெட் விழுந்தது. நான் இறங்கினேன். பௌலிங் அவ்வளவு தொந்தரவு படுத்தவில்லை. ஆனாலும் சுதந்திரமாய் காலசைவு இல்லை நல்ல இன்-ஸ்விங்கர் போட்டால் அவுட். Non-striker அசோக் அருகே வந்து ‘பாத்து ஆடு தலைவரே. பௌலிங் நீ ஆடாதது கிடையாது என்று சொல்லி நகர்ந்தான். ஷார்ட் பால் ஒன்று விழ நான் அடித்த ஸ்கொயர்-கட்டினால் பால் எல்லைக்கோட்டை கடந்தது. கரவொலியும் புல்லின் மணமும் அடுத்து எழுந்து கொண்டிருந்த கரவொலிகளும் சுலபமாய் எனக்கு ரன் தேடிக்கொடுத்த விதத்தில் உறுதி அதிகமாயிற்று. ட்ரிங்ஸில்

நான் 40 நாட் அவுட் வாசுவின் சந்தோஷம் கொப்பளித்த கண்களில் வானம் கையில் குளுக்கோஸ் தண்ணீர் 'டுனுனுணீ டிமீ தணீ என்றான் பத்ரி. எனது சேர்க்கையினால் வெளியேற்றப்பட்ட 12 ஆள் சேட் (சுந்தர்) மெதுவாய் சிரித்து கை குலுக்கினான். போலி கைக்குலுக்கல் என வெறுத்தாலும் ஸ்பரிசம் இட்டுச்சென்ற அம்பு பனி மூடிய என் பழங்குகையை தேடித்துளைத்துக் கொண்டு செல்லலாயிற்று. நான் விரும்பி கிடைக்காததால் வெறுக்கத் தொடங்கிய மறு வாழ்க்கைக்கு வெளி அழைக்கலாயிற்று. அவளுக்கு ஒரு முத்தம் கொடுக்க வேண்டும் என்ற ஆசை எழும்பியது. மறுபடி டில்லிக்கு செல்ல வேண்டிய நாள் தூரத்தே திரிசங்காய் நின்று பயமுறுத்திக் கொண்டிருந்தது.

கல்குதிரை - 1989

நீலமுகமூடி

நள்ளிரவு கடந்த பின்னாலும் உடலும் உள்ளமும் உறங்காமற் கிடந்தான் அரசன் வேலரஸ். தென் திசையில் கடலைக் கொண்டிருந்தது நாடு. பலகணி வழியே கடலையே பார்த்துக்கொண்டிருந்தான். சபாலமஸ் மலைத்தொடர் மறித்து அனுப்பிய மேகக்கூட்டம் ஒரே நேர்க்கோட்டில் கடலுள் இறங்கிக்கொண்டிருந்தது. செவ்வாழை மணம் நிரம்பிய வாடைக்காற்று அறை நுழைந்து திரைச்சீலைகளை தாலாட்டிக் கொண்டிருந்தது. கருநீல நிறத்தில் சபாலமஸ் விரிந்து கிடந்தது கிழக்கில். புராதன ராட்சஸ விலங்கினை அது ஞாபகப்படுத்தியது. முகத்துள் முகமூடி ஏறாத காலம். அவன் விரும்பி அலைந்த பிரதேசம் அது. பாரபஸ் நதி கடலை நோக்கித் திரும்பும் வளைவு அற்புதமானது. குளித்தெழுந்த கணங்கள்தான் எவ்வளவு மிருதுவானவை. பாரபஸ் நதிக்கரை பறவைகளும் அதன் பகலும் ரம்மியமான ஒன்று. மேற்கில் வயல்வெளிகளையும், வடக்கே செவ்வாழைத் தோட்டங்களையும் கொண்டிருந்தது நாடு. செவ்வாழை தோட்டங்களுக்கு பின்னால் வேறு நாடுகளே கிடையாது என்பர் நாடோடிகள். பெருமூச்சு விட்டபடிக்கு பஞ்சணையில் வந்தமர்ந்தான் வேலரஸ். தூரத்தே பரதவர் லாப்ஸ்டர் வேட்டை முடித்து திரும்பிக் கொண்டிருந்தனர். பெரும் கூடைகளில் லாப்ஸ்டர்கள் நிரம்பிக் கொண்டிருந்தன. பரதவர் குடிசைகளில் அணையா விளக்குகள்.

எழுந்தான் வேலரஸ். அறையின் தென்மூலையில் கிடந்த வெள்ளியினாலான மாசிடோனிய நிலைக்கண்ணாடியின் முன் நின்றான். அமைச்சர் ஜெலசியஸ் அளித்த பரிசு. எந்த காவிய அரசனுக்கும் குறைந்ததல்ல அவன் உயரம். பெரும் தோள்களுக்கு கீழ் விரிந்த பெரு மார்புகளில் அங்கிகளின் போதாமை. மரமேறிகளின் வயிறு. பேருண்மைக்கு தலை வணங்கும் புடைத்த கால்கள். முகமூடி மறைத்தது போக மீந்த சதைகளில் பாம்பின் கண்கள். கச்சை இல்லாத வாள் முகத்தை தடவிப்பார்த்தது நிலைக்கண்ணாடி. விடியலுக்காய் துயிலெழும்பின ஆரண்யத்தில் பறவைகள்.

பறவைகளை எழுப்பும் மலை ஆடுகளின் குளம்பொலி. பனி பெய்துகொண்டிருந்தது. அரசன் அயர்ந்தான். அயர்ந்தவன் எழுந்தான். கொண்டல் அழைத்தது. பாரபஸ் கடலுள் நுழையும் பேரோசை. மீன்கள் உற்சாகமாய் தாய் பூமிக்கு திரும்பிக் கொண்டிருந்தன. பரதவ சிறார்களின் கூச்சல். மஞ்சள் இறகு மீன் கொத்திகள் இரைக்கேற்ப துழாவும் வான். காட்சியை, பேருண்மையில் கலக்கும் சிறு ஆன்மா என யோசித்த வேலரஸ் அதற்கு ஏன் இவ்வளவு சத்தம் என எண்ணவும் துவங்க, காட்சி மனதுள் உடைந்தது. விரக்தி மனதுள் பரவ கண்ணாடி முன் கூசி நின்றான் அரசன். நித்திரை முற்றவும் சாய்ந்தான்.

உடோபஸ் தேசம் மூன்றாம் டேரியஸ் காலத்தில் மிகவும் பிரபலமாயிருந்தது. அதன் நகரம் ராம்தமிலான் பெரும் நிழல்களும் மாளிகைகளும் நிரம்பிய ஒன்று. கால்நடைகளும், லாப்ஸ்டர்களும், செவ்வாழைகளும் உடோபஸ் தேசத்திற்கு வளம் சேர்த்தன. கவிஞர்களை தேசம் அரவணைத்த விதம் அக்காலகட்டத்தில் மிகவும் பிரசித்தம். பிரஜைகளில் பெரும்பாலானோர் கவிஞர்கள் என்பதும் பலகாலம் சரித்திரத்தில் வாழ்ந்து இருந்தது. சுற்றி உள்ள 64 தேசத்து கவிஞர்களுக்கும் சொந்தமாய் ராம்தமிலானில் விடுதிகள் உண்டு. உடோபாஸ் தேசத்தின் பெரும் கவிஞனும் வேலரஸின் ஒட்டனுமான ப்யூட்டரஸ் “கவிஞர்கள் நிரம்பிய நாட்டிற்கு குறைவேது. அந்த நாட்டோடு போர் புரிய யார் துணிவார்” என்ற வாக்கையே முதல் வாசகமாக நாடு கொண்டிருந்தது. வேலரஸின் ஆட்சியிலும் கவிஞர்களுக்கு குறையேதுமில்லை. அயல்நாட்டுக் கவிஞர்களின் சொற்கள் மூலமே நாடு பொருள்களை அறிந்தது. நாடு அறியாத பல பொருட்களை வந்த கவிஞர்கள் பரிசாக மனமுவந்து அளித்தார்கள்.

பாரபஸ் நதியில் மூழ்கித்திளைத்த ஆரம்ப காலத்திலேயே கவிதையை அவனுள் நுழைந்தது. ஓர் பனிக்கால மதியத்தில் அப்போது

அவன் சிறுவன். மலை ஆடுகளை துரத்திக் கொண்டிருந்தான். சபாலமஸ் அடிவாரத்தை ஒட்டிய ஆரண்யப் பகுதி. ஆடுகள் துரத்திக் கொண்டு சளைக்காமல் ஓடிக் கொண்டான். மூங்கில் புதர்களுக்கு பின்னமைந்த ஒரு குகையில் ஒதுங்கினான். தீவிரமடைந்து கொண்டிருந்தது மழை. பச்சையத்தின் வாடை மூக்கை அடைத்தது. மனதின் திரைகளை கிழித்து இதயத்துள் இறங்கியது. தான் துரத்திய ஆடு ஒன்றும் அங்கே ஒதுங்கியிருப்பதைக் கண்டான். அப்போதே பொருளின் பேருண்மையை வெளிப்படுத்த கலையைக் காட்டிலும் சிறந்த சாதனம் புவியிலே கிடையாது என உணர்ந்தான். கலையிற் சிறந்தது மொழிபால் இயங்கும் கலையே எனவும் கவிதையே மொழிபால் இயங்கும் கலைகளின் தாய் என பின்னாளில் அவன் பயிற்றுவிக்கப்பட்டான். இன்றுவரையில் அவன் தீர்மானத்தை குலைக்கும் நிகழ்வெதுவும் நடந்துவிடவில்லை. ஆனாலும் தனக்கு ஏன் கவிதை கூடி வரவில்லை என்ற துயரம் ஒரு நோயென அவனுள் நுழைந்தது... கூடியிருந்தது சபை. அரசனுக்கு வலப்புறத்தில் எட்டுக் காப்பியங்களை இயற்றியவரும் 64 நாடுகளிலும் மிகவும் பிரசித்தி பெற்றவருமான முதன்மந்திரி ஜெலஸியஸ் வீற்றிருந்தார். இடதுபுறத்தில் பிரபுக்கள். பெரும் ஆசனங்களில் கவிஞர்கள். போர் அறியாதிருந்தது உடோபாஸ். மலர்களும் அவ்வளவாய் அறிந்திராதவைதான். சபை இதனை பிரதிபலித்தது.

பாரசீகக் கவிஞனின் 'தூது' ஒன்று அரங்கேறிக் கொண்டிருந்தது. கவிதையை தன் வெண்ணிறக் கண்கள் கொண்டு இடவலமாக வாசித்தான். சபை ஆர்ப்பரித்தது. "வெண்கடல்" என்ற பதம் அரசன் இதயத்துள் இறங்கியது. பரிசில்களை மனமுவந்து அளித்தான் அரசன். பாரசீகக் கவிஞன் மிருகமொன்றைப் பரிசளித்தான். 'ஒட்டகம்' என்று அழைத்தான் அதனை. கோரத்துள் ஒளிந்திருந்த அழகை ராம்தமிலான் பருகியது. அமைச்சர் ஜெலஸியஸ் முகத்தின் அசூயை பரவியது. காந்தார நாட்டுக் கவிஞன் உள்ளே நுழைந்தான். அரசனின் மனம் விரக்தியின் பால் விளையும் வெறுமையில் துடித்தது.

சூரியன் விழவும் கலைந்தது சபை. அயல்நாட்டுக் கவிஞர்கள் மாலைக்கால நீராட்டதிற்காய் பாரபஸ் நோக்கி நடந்தனர். அந்த 200 வருட காலத்தில் பாரபஸ் நுழையாத வெளிநாட்டுக் காவியங்கள் ஏதுமில்லையென உறுதியாகக் கூறலாம்.

நகரெங்கும் வீடுகளில் தீபங்கள் ஏற்றப்பட்டன. ஆடம்பரம் ஏதுமின்றி அரசன் முதலமைச்சர் ஜெலசியஸ்ஸின் மாளிகையுள் நுழைத்தான்... இருவருக்கும் வயது ஏறக்குறைய ஒன்றுதான்.

இருவரும் ஒரேகாலத்தில் தான் தம் தந்தையரை இழந்தனர். ஒரே காலகட்டத்தில் தான் இருவரும் மணம் புரிந்தனர். ஊஞ்சலில் அமர்ந்தபடி கவிதை ஒன்றை சாதகம் செய்து கொண்டிருந்தார். பின்னணியில் நரம்பிசைக் கருவியின் சங்கீதம்.

அரசமாளிகைக்கு அதற்கும் அதிகம் வேறுபாடு இல்லைதான். ஆனாலும் புழக்கத்தில் உள்ள சொற்களைத் தாண்டிய பொருட்கள் இல்லாமலிருந்தது. அரசனை உபசரித்த அமைச்சர் அவனை தன்னருகே அமர்த்திக் கொண்டார். சுதாரித்துக் கொண்டது ஊஞ்சல்.

மன்னன்தான் முதலில் பேச ஆரம்பித்தான்.

"அமைச்சரே, கடந்த சுக்ல-பட்சத்திலிருந்து என் மனம் அமைதி இழந்து கிடக்கிறது. கவிஞர்களால்தான் நமது நாடு மேன்மையுற்றிருக்கிறது கவிஞர்களை போஷிப்பதில் நான் என் முன்னோர்களுக்கு குறைந்தவனல்லன். கவித்துவம் என்னுள் பீறீடுவதை உணர்கிறேன்

ஆனாலும் ஒரு கவிதையைக்கூட என்னால் எழுத முடிந்ததில்லை. நேற்று சபையில், பாரபஸ்ஸின் இடையன் தொலைந்த தனது ஆடு பற்றி கவிதை என்னை மேலும் துன்புறுத்துகிறது. காரணம்தான் என்ன".

மன்னா, கவிதை நம்முள் இயல்பாய் இருக்கும் வஸ்து. நான் அப்படித்தான் பார்க்கிறேன் நீர் அதை வெளியில் தேடுகிறீர்.

உம்

உதாரணமாக புலியின் கால் தடம்

புரிகிறது அமைச்சரே என்னுள் கவிதை இருப்பதை உணர்கிறேன் ஆனாலும் என் உணர்வு, மொழியில் கூடிவரவில்லையே. இதனை தடுப்பது எது!

விளக்கமுடியாத புதிர்தான். ஆனாலும் என் அனுமானம் சரியாய் இருக்குமானால் தடையாயிருப்பது, உமது முகமூடியும் நான் பரிசளித்த கண்ணாடியும்.

மன்னன் மௌனமடைந்தான்.

மன்னனின் பேச்சு ஜெலஸியஸ்ஸிற்கு ஆச்சர்யமளிக்கவில்லை.

"வேலரஸ்ஸின் தந்தை ப்ரேவரஸிற்கும் இதுபோல் சிந்தனை இருந்தது" என்றும் "முகமூடி பற்றிய அச்சத்தால் அதை அடக்கிக்

கொண்டார்" என்ற செய்தியை அவர் தம் தந்தை மரணப்படுக்கையில் பெருந்துயரத்தோடு கூறியதை ஜெலஸியஸ் நினைவு கூர்ந்தார். அவர் வலது கண்ணில் ஒளிதோன்றி மறையவும், அரசன் அவர் மாளிகையிலிருந்தும் வெளியேறினான்.

மாளிகை அடைந்த பின் கண்ணாடி முன் நின்று "முகமூடியும் கண்ணாடியும்" என உச்சரித்தான். ஒரு தீர்மானத்தை நோக்கி உறுதியாக நடந்து கொண்டிருந்தது குரல். சபாலமஸ் மேகங்களை கடலுக்கு அனுப்பிக் கொண்டிருந்தது. பெரும் நாவாய்களில் முத்துக்கள் ஏற்றுமதிக்கு தயாராகிக்கொண்டிருந்தது. அயல்நாடுகளிலிருந்தும் வந்த கவிஞர்களை ஏற்றிச்செல்ல காத்திருந்த அன்னமுகப்பு கொண்ட பெரும் படகு. நான்கு காற்றுகள் சந்திக்கும் இடத்தில் அமைந்திருந்த மாளிகை, தொங்கும் பவளச்சரங்கள். ஒலியேந்தியபடி நிற்கும் பாவை விளக்குகள். பாரபஸ் நோக்கி நடக்கத் தொடங்கினான் வேலரஸ். கதம்ப வனமொன்றை கடந்து செல்லும் வேளையில் (பாதையில்) பாதை தவறிய கடைசிப் பறவை அவன் மேல் எச்சமிட்டுவிட்டு வானிருளில் கலந்தது. விழுந்த எச்சம் நினைவைத் தூண்ட தன் முகத்தில் முகமூடி நுழைந்த நாளதனை வேலரஸ் நினைவு கூர்ந்தான்.

அப்போது வேலரஸிற்கு வயது பதினேழு. பாரபாஸ் நதிக்கரை ஒட்டிய மூங்கில் புதர்களில் நங்கையர்களோடு விளையாடிக் கொண்டிருந்தான். அரண்மனையிலிருந்த வந்த காவலாளி ஒருவன் இக்கரையிலிருந்து 'வேலரஸ்' என்று கூவி அழைத்தான். வானம் வெளிறிக் கிடந்தது. காதிலே செய்தியைக் கூறினான் சேவகன். வேலரஸ்ஸின் குண்டலங்கள் அதிர்ந்தன. பாரபஸ் ஒருகணம் உறைந்து பின் நகர்ந்தது. பறவைகள் அறிந்தன ரசாயனத்தை. பறவைகளின் போக்குவரத்து வானில் அதிகம் காணப்பட்டது. தூரத்தே மலைகளுக்கு பின்னால் எழுந்த புகை சிவப்பின் நிறத்தில் மேகமாகிக் கொண்டிருந்தது. மலர்கள் எரிந்து கொண்டிருப்பதற்கான வாடை செய்தி வேலரஸின் நிகழை முடக்கியது. நடக்கப் போவதின் நிச்சயமின்மை ஒரு பாதையாய் ஒட வேலரஸ் காவலனோடு அந்த பாதையில் விரைந்து கொண்டிருந்தான். போகும் வழியில் அம்முதிய காவலாளி வேலரஸின் கடமைகளை விளக்கிக் கொண்டிருந்தான். பாதையின் மரநிழல்கள் வெம்மையை கக்கிக்கொண்டிருந்தன. காலியாய் கிடந்தன தெருக்கள். கவிஞர்களின் விடுதிகளில் கானத்தைக் காணோம்.

மூங்கில்களால் ஆனது அரசனின் விடுதி. படுக்கையில் மயங்கிக் கிடந்தான் ப்ரேவரஸ். நாடிகளின் எண்ணிக்கை குறைந்து கொண்டே வந்தது. இரண்டாம் ஜாமம் தாண்டாது எனக் கணித்தனர் வைத்தியர். புலப்படத் துவங்கிவிட்டன நட்சத்திரங்கள். மகர நட்சத்திரம் இன்று வானில் தோன்றக்கூடும் என்ற செய்தி நகரத்துள் நுழைந்தது. தகப்பனை கண்டான். அவன் தலையைத் தடவ முகமுடி அதிர்ந்து கொண்டிருப்பதை உணர்ந்தான்.

பரதவர்களை அழைத்து ஆணையிட்டுக் கொண்டிருந்தார் அமைச்சர். (ஜெலசியஸ்ஸின் தகப்பனார்). அவன் தலையை மழித்த அரண்மனை நாவிதர்களின் உபகரணங்கள் சிமிட்டிக் கொண்டிருந்தன. அவன் தன் தாயுடன் தனித்து விடப்பட்டான். ப்ரத்யேக அறையொன்றின் மௌனத்தில் காத்திருந்த தாய் அவனை கட்டி அணைத்தாள். கூச்சமானாலும் நெளியவில்லை உடல். அவன் முகத்தை அழுந்தத் தடவினாள். கோரோசனை மணம். அவன் கேசத்தை மேல் நோக்கி உயர்த்தி, பின் தளர்த்தி அவன் புருவத்தில் முத்தமிட்டபடிக்கு அழுதாள். அவள் செயல்களில் ஆவேசமும் நிராசையும் பூத்திருந்தன. அவன் கண்களை ஆழமாக உற்றுப்பார்த்தபடிக்கு அவன் வேர்வையின் மணத்தை அவள் நாசி முகர்ந்த வேளையில் அவன் தன் தாயிடமிருந்து பிரிக்கப்பட்டான். கேவல் வெடிக்கும் வேளையில் கதவு அறைந்து மூடப்பட்டது.

நாவிதர் குழாம் காத்திருந்தது.

தலைமுற்றிலும் மழிக்கப்பட்டது.

பின் புருவங்கள்.

தாடை ஒற்றிய ரோம ஆரம்பங்கள்.

மார்பில் முளைத்த கேசப்பொதி.

காதின்கீழே மறைத்து வைக்கப்பட்ட சுதந்திரம்.

கத்தி எதையும் விடவில்லை.

நத்தை வடிவ தாமிர இலச்சினை தணலில் காய்ந்து கொண்டிருந்தது. வலது மார்பில் நத்தை வடிவ மீன் இலச்சினை பொறிக்கப்பட்டது. அவ்வேளையில் அவன் முதுகிலே பெரும் கழி கொண்டு அமைச்சர் அடித்தார். அலறினான். பால் ஊற்றப்பட்டது மார்பில். உடும்பின் கொழுப்பில் தயார் செய்யப்பட்ட தைலக்காப்பு உடலெங்கும் பூசப்பட்டது.

ஐந்து கால்களும் மூன்று இதயங்களும் உடைய சாரபோ இன அக்டோபஸ் ஒன்று பரதவர்களால் கொண்டு வரப்பட்டது. பின் குறுக்கே வெட்டப்பட்டது. ஆக்டோபஸின் நீலக்குருதி அறை எங்கும் பீய்ச்சியது. புனுகின் நிசப்த வாடை. சிந்திய ரத்தம் மீன் வடிவ பாண்டமொன்றில் சேகரிக்கப்பட்டது. அரசன் வெளியேறும் தருணம் முதலமைச்சரின் தோள்களுக்கே முதலில் தெரிந்தது. இளவல் 'வேலரஸ்'ஸின் முகத்தில் ஆக்டோபஸ் முகமூடி அறையப்பட்டது. நன்கு குடையப்பட்ட முத்திலிருந்து வார்த்தையினை இளவல் உறிஞ்சி, உறிஞ்சியதை அரசன் காதில் ஓதினான். உதிர்ந்தது முகமூடி. அரசன் பயணமானான். வார்த்தை மீண்டும் முத்துதனில் நுழைந்தது.

பாரபஸ் நதியில் குதித்தான் அரசன் வேலரஸ். ஆயிற்று 28 வருடங்கள். இத்துணை நாட்களும் விலகாதிருந்த ஆக்டோபஸை இழக்க துணிந்து விட்டது மனம். உடலை அழுந்த தேய்த்துக் கொண்டான். பரதவர் வாஞ்சையோடு அரசனையே பார்த்துக் கொண்டிருந்தனர்.

அரசன் வெளியேறி தினம் இருபத்தியேழு கடந்துவிட்டது. முகமூடி அணிந்து கொண்டிருந்த ஜெலசியஸ்ஸின் உள்ளம் குதுகாலத்தில் மிதந்து கொண்டிருந்தது. மாரிக்கால வானம் மழைக்காய் எப்போதும் காத்திருந்தது. கூதிர் முடிந்து பின் பனிகாலத்தின் மீண்டு விடுவதாய் வேலரஸ் சொல்லி போந்தான். ராஜபோகத்தின் பெரும் பஞ்சணையில் ஜெலஸிசியஸ்ஸின் நிகழ் - இளைப்பாறிக் கொண்டிருந்தது. நிரந்தரமற்ற இன்பத்தின் நிகழ் எல்லையில் பெரும் ஆயுதங்களோடு காத்திருந்தது எதிர்காலத்தில் குரூரம். மாரியின் வரவை பாடியபடிக்கு பறந்து சென்றன வசந்த - இரவின் கடைசிப்பறவைகள். முகமூடி அணிந்த புதிய சுகந்தத்தோடு மாசிடோனிய ஆடியின் முன் அசையாது நின்றார் ஜெலசியஸ். திட்டங்களை கூறியது ஆடி. அடிபணிந்தார் ஜெலசியஸ். வேலரஸ்ஸின் பால்ய முகம் அறிந்த காவலாளிகள் குழாம் ஒன்று அவனைக் கொல்ல அனுப்பப்பட்டது. கனவில் காத்திருந்தது அநித்தியத்தின் பெரிய பாடல்.

வேலரஸ் மர்மங்கள் நிறைந்த கீழ்த்திசையை தேர்ந்தெடுத்தான். சீராய் ஓடிக்கொண்டிருந்தது குதிரை. குதிரை, மாற்று உடை, முத்திரை மோதிரம், பொன் நாணயங்கள், முகமூடிச் சொல் தாங்கிய முத்து, இவற்றோடுதான் வெளியேறினான். கணவாய் ஒன்றைக் கடக்க முடியாமற்போக, குதிரையை அங்கேயே விட்டான். பாரம்பாஸ். அங்கேயும் ஓடிக்கொண்டிருந்தது. விரிந்து கிடந்தது பாரம்பாஸ் அவன் முகத்தில் தேங்கியிருந்த நீலச்சாயத்தை கழுவிவிட்டது.

முகத்தில் ரோமம் முளைக்கத் தொடங்கியிருந்தது. பராம்பாஸை கடந்து அக்கரையை அடைந்து தொடர்ந்து ஆறுநாட்கள் நடந்த பின்னாலேயே ஆரண்யம் அவனை விட்டு விலகியது. தன்னுடைய தீர்மானம் நோக்கி பயணம் செல்லவில்லை என்ற எண்ணம் எழுந்தாலும்கூட குதூகலம் அடைந்திருந்த மனதை தீர்மானம் கெடுத்துவிடலாகாது என நடந்து கொண்டிருந்தான்.

சபையில் அன்று கவிஞர் கூட்டம் அதிகம். மன்னன் ஜெலஸியஸிற்காய் காத்திருந்தனர். ஜெலஸியஸ் வந்து பிறகு கவிதை வாசிக்கப்பட்டன. ஒப்பனை அதிகம் என்ற குறையை சொல்லி ஜெலஸியஸ் கிரேக்க கவிதையை நிராகரித்தார். பரிசில் பெறாமல் திரும்பினார் கிரேக்க கவிஞர். அவர் அளித்த மயில் தோகையை அரசன் பெற்றுக் கொண்டான். அன்று மட்டும் அரசனால் 17 கவிதைகள் நிராகரிக்கப்பட்டன. அழகியல் காரணத்தை மட்டும் காட்டி 12 கவிதைகள் மறுக்கப்பட்டன. அரசனின் மாறுதல் கவிஞர்களுக்கு ஆச்சரியத்தை அளித்தன. பின் நாட்கள் செல்லச் செல்ல, பல கவிஞர்கள் பரிசில்களற்று நாடு திரும்பத் தொடங்கினர். பெருமிதத்தின் கோபுரத்தில் வீற்றிருந்த அரசனை கண்டு புலவர்கள் கூசினர்.

ஆருத்ரா நாட்டில் இருந்தான் வேலரஸ். பெருமழை ஓய்ந்துவிட்டிருந்தது. தொடர்ந்து பெய்த பேய் மழையில் 12 நாட்கள் ஒரே குகையிலேயே அரசன் இருக்க நேரிட்டது. வெளிச்சத்தின் பெருவரவு அரசனுள் ஓர் ஆவேசத்தை ஏற்படுத்தியது. அருகாமை மரத்தில் உணவை முடித்துக்கொண்டு மீண்டும் பயணமானான். சூரியன் அதிகம் ஆக்கிரமிக்காத பாறை ஒன்றில் அமரவும் உடலில் சிறு ரசாயன மாற்றம் ஏற்படுவதை உணர்ந்தான். கண்கள் சொருகிக்கொண்டிருந்தன. காலம் குறைந்து கொண்டே வந்தது. தூரத்துப் பறவையின் நிழலசையும் சப்தம்கூட கேட்கலாயிற்று. உடல் வியர்த்துக் கிடந்தது. மனம் பற்றிய பிரக்ஞையை இழந்து உடல் மிருதுவாகிக் கொண்டிருந்தது. விழித்தான் எவ்வளவு நேரம் மயங்கிக் கிடந்தான் (மயக்கமல்ல அது)என்ற பிரக்ஞை இல்லாமற் கிடந்தான். சுவாசம் மிகச்சீராய் இருந்தது. தான் வேலரஸ் மட்டும் அல்ல என்று உணர்ந்தான். நடை முற்றிலும் மாறியிருந்தது. பாரம்பஸ்ஸின் சிற்றாறு ஒன்றில் மூழ்கி எழுந்தான். கூதிர் காலத்தின் காலடிச்சுவடுகள். முத்திரை மோதிரம் நாட்டிற்குத் திரும்பலாமே என்றது. மௌனித்து இருந்தான். அன்று மட்டும் பலமுறை மோதிரம் அவனிடம் பேசியது. மோதிரத்தை மிக மிருதுவாக தன் விரலிலிருந்தும் மீட்டு நதியில் மெதுவே நழுவி விட்டான். காத்திருந்த

மகரம் ஒன்று அதனை கவ்விப்போனது. குறிக்கோள்கள் அற்றுக் கிடந்தது மனம். "கவிதை எழுதுவது" என்ற விலங்கிலிருந்து மனம் விடுபட்டு விட்டதை உணர்ந்தான். பூமியின் அழகுகளை நோக்கி நடக்கவும் தொடங்கினான்.

அரசனைத் தேடிப்போன கூட்டம் திரும்பி வரவில்லை. மாரி முடிந்துவிட்டது. வேலரஸும் திரும்பவில்லை. மிகுந்த மகிழ்ச்சியிலிருந்தார் ஜெலஸியஸ். தன் சபையில் தன் கவிதைப் பற்றிய கோட்பாட்டிற்குள் நுழையாத கவிதைகளை நிராகரித்தார். பனிக்காலத்தின் முதல் 'கவிதா' நிகழ்வு. அலங்காரம் பற்றி பேருரை ஒன்றை நிகழ்த்தினார். பல அயல்நாட்டுக் கவிஞர்களுக்கும் "பறவை போன பாதை"யைப் போலிருந்தது அவரது உரை. அவரது கோட்பாடுகள் தமது சிருஷ்டியினை அறுக்க முனைவதை அவர்கள் ஏற்றுக்கொள்ள மறுத்தனர். ஜெலசியஸ்ஸோடு பெரும் விவாதத்தில் ஈடுபட்ட 'மாயா'வின இளைஞன் கைது செய்யப்பட்டு சிறையில் அடைக்கப்பட்டான். கோட்பாடுகளை ஏற்றுக்கொண்ட கவிஞர்களின் எதிர்கால கவிதைகளில் ஜெலஸியஸ் ஒளிந்து கொண்டிருந்தார்... 'கைது' செய்தி பரவவும் உடோபாஸ் நகரத்தில் கவிஞர்களின் வருகை குறையலாயிற்று. மத்திய தரைக்கடலில் ஏற்பட்ட பெரும்மாற்றத்தில் லாப்ஸ்ட்டர் இனம் உடோபாஸிலிருந்து பெருமளவில் இடம் பெயர்ந்து கொண்டிருந்தது. 'சபாலமஸ்'ஸிலிருந்து புறப்பட்ட புயல்காற்று செவ்வாழை தோட்டங்களில் புகுந்தது. இரண்டு வாரங்களில் முற்றிலுமாய் அழிந்த செவ்வாழைகளுக்கு பின்னால் கடல் தோன்றியதற்கான வதந்திகளை நாடோடிகள் பரப்பினர்.

மாலையொன்றில் தன் ஊஞ்சலில் அமர்ந்து சாதகம் பண்ணிக் கொண்டிருந்த ஜெலஸியஸ்ஸின் ஊஞ்சல் அறுந்து விழுந்தது. அரசனிடம் நிலைமையை எடுத்துரைக்க சபையில் பரதவர்களும், விவசாயிகளும் குழுமியிருந்தனர். ஜெலஸியஸ் செய்வதறியாது திகைத்தார்,

அவருடைய ஆறுதல்களிலும் அளித்த மான்யத்திலும் திருப்தியுறவில்லை அவர்கள். குதிரைப்படை கொண்டு நாடுகளை அழித்துவரும் கூட்டத்தார் நாட்டில் நுழையப் போகிறார்கள் என ஆரூடம் சொன்னார்கள் ஜோதிடர்கள். மகர நட்சத்திரங்கள் வானில் தோன்றியதைக் கண்டு மக்கள் பீதியுற்றனர்.

அடுத்த பதினாறாம் நாள் குதிரைப்படை கொள்ளையர்கள் சேயிஷ் தலைமையில் உடோபாஸில் நுழையவும், ஒற்றைக் குதிரையோடு ஜெலஸியஸ் நாட்டைவிட்டு வெளியேறினார்.

முகமூடியின் அடையாளம் அறிந்து கொண்ட கொள்ளையர்கள் அவரை பல நாடுகளிலும் துரத்தினர். பெயரறியா மலைக்கணவாய் வழியே தப்பிக்கும் முயற்சியில் குதிரையும் மாண்டது. முகமூடியை கழட்ட அவர் செய்த பிரயத்தனங்கள் தோல்வியிலேயே முடிந்தன, வேலரஸ்ஸை தவிர தனது விடுதலைக்கு வழியில்லை என உணர்ந்து அவனைத் தேடுவதில் ஈடுபட்டார். நாட்களும் நாடுகளும் அவர் பாதையில் கடந்தன. பசியாலும் தாகத்தாலும் சோர்வடைந்த ஜெலஸியஸ் பீடபூமியை தெற்கே கொண்ட நகரில் பிற்பகலில் மயங்கி விழுந்தார்.

தொடர்ந்து அலைந்து கொண்டிருந்த வேலரஸ் அரேபிய பாலைவனமொன்றின் வடக்கு எல்லையில் நுழைந்தான். நுழைந்த சில நாழிகைகளுள் ‘பாரசீகக் கவிஞன் உதிர்த்த வெண்கடல் பதத்தில்’ தான் நுழைந்து விட்டதை உணர்ந்தான். மேகமற்ற வானில் சந்திரப் பிரகாசம் அதிகரித்துக் கொண்டிருந்தது. அதன் வெந்நீலக் கதிர்கள் திட்டுகளில் ஒட்டிக்கிடந்தது. தொலைதூரத்தில் கேட்டது ஒட்டகங்களின் கனைப்புகள். மணல் அலை அலையாய் எழுந்து கண்களில் அடித்தது. எல்லையற்றுக் கிடந்தது மணல். கால்கள் திசை நோக்கமற்று நடந்துகொண்டிருந்தன. தான் நுழைந்த இடம் மீண்டும் கிட்டாததில் பேருவகை கொண்டது மனம். இயற்கை பாலையுருவில் தன் தனங்களை அவனுள் கொட்டியது. மனதில் கொட்டிக்கொண்டிருந்த அருவியில் சற்றே குளித்து பின் வெளியேறிய பிரயாணக் களைப்பு வெளியேறியது. வானத்தின் தடயங்கள் மாறிக்கொண்டிருக்க விடிகாலை முதிர்ந்தது. சோலை ஒன்றில் தானிருக்கக் கண்டான். தூரத்தே அச்சோலையை நோக்கி ஒட்டக வியாபாரிகள் கூட்டம் வந்து கொண்டிருந்தது. ஒற்றைப்படையில் அமைந்திருந்தன ஒட்டகங்களின் எண்ணிக்கை. வந்திறங்கியவர்கள் ஒட்டகங்களை ஈச்ச மரத்தில் கட்டினர். அவர்களையே பார்த்துக்கொண்டிருந்தான் வேலரஸ். கடைசி ஒட்டகத்தின் மேல் கவிந்து கிடந்தவனை மெதுவே இறக்கி அவனுக்கு மூர்ச்சை தெளிவித்துக் கொண்டிருந்தார்கள். வேலரஸ் அருகே சென்று மயக்கத்திலிருந்தும் மீண்டுக் கொண்டிருந்த மனிதனைப் பார்த்தான். அவன் முகத்தில் முகமூடி இருந்தது. விழித்த அமைச்சர் பெருமுத்தொன்றை உதட்டால் பருகும் மனிதனைக் கண்டார். சொல் காதில் இறங்கவும் சற்றே அதிர்ந்தது முகமூடி. சொல்லின் வீர்யத்தை குறைத்த மனத்தின் தடை சற்றே விலக, மெதுவே மேல்நோக்கிப் புறப்பட்டது முகமூடி. சொல் முழு வீச்சோடு மூளையுள் இறங்கி

நரம்புகளில் நுழையவும் காற்றின் திசை கிழித்து மேலே பறக்கத் தொடங்கியது. 'மன்னா' என அழைத்தார் ஜெலஸியஸ். முகமூடி பார்வையிலிருந்தும் மறைவதற்கு முன்னம் மேகம் விலகிய நிலவு அன்றைய இரவின் தன் கடைசி ஒளியை முகமூடியின் கால்களில் பாய்ச்சியது. ஒளிரும் நட்சத்திரமாக ஆக்டோபஸ் வானில் மறைந்தது.

பவளக்கொடி

ஆறாம் நாள்

முதல் நாள்

பெய்தது மழை. பெருகியது நீர். பூமிக்குளிர்ந்து மண்புழு பெருகலாயிற்று. காலம் மறந்து வீசியது காற்று. கனிகள் உதிர்ந்து அமிழ்ந்தன. இலைகள் மூலம் பெயர்ந்து மறைந்தன. பறவைகள் கூடுகளில் ஒடுங்கின. ஓயவில்லை மழை. மாந்தர் மழையை வெறுக்கத் தொடங்கிய பின்னர் உக்கிரமடைந்தது மழை. ஒருவேளை அம்மழையை பழநி விரும்பியிருக்கக்கூடும். பழநி இறந்து கிடந்தான்.

இத்தனைக்கும் மரணம் சம்பவிக்க கூடிய அளவிற்கான தேகம் கொண்டவனல்லன் அவன். எதிர்பாராத தருணத்தில் பெய்தது மழை.

அதனை தோட்டம் என்று சொல்வது தவறு. வனம். சிறு வனம். தூரத்தில் இருந்து பார்த்தால் ஆரம்பகால ஓவியன் வரைந்த சித்திரம் போல் பொய் ரகஸ்யங்கள் நிரம்பிய வனம் அது. மாதுளை மரங்கள் வடக்கே வ்யாபித்துக் கொண்டிருந்தது என்றால் மேற்கில் தென்னை மரங்கள். மாமரங்கள் கிழக்கில் தொடங்கி தெற்கு வரையிலும் பரவி இருந்தன. ஆங்காங்கே ஒட்டடைகள் போல் கொடிகள். ஊடே சிறு பாத்திகள் அநேகம். மல்லிகைப் புதருக்கு சற்று மேற்கே தடாக சாயல் கொண்ட பெருங்கிணறு ஒரு பலா மரத்திற்கும் எலுமிச்சை மரத்திற்கும் இடையே அமைந்த மல்லிகைப் புதருக்கு சற்று ஒட்டி அவன் இறந்திருந்தான். எந்த

இடத்தில் ரோஜாப் பதியன்கள் நடவேண்டும் என்று விரும்பினானோ அந்த இடத்தில்தான் தேகம் கிடந்தது.

மழை வலுத்தது. பாதி உடம்பு நிலத்திலும் மீதி நீரிலும் அமிழ்ந்திருக்க குயவன் செய்த கருப்புசாமியாய் கிடந்த அவன் தேகத்தின் கண்ணிற்குத் தெரியும் பகுதிகளைக்கூட இலைகள் மூட ஆரம்பித்து விட்டன. பூமியிலிருந்து தோன்றுகிறானா? அல்லது மறைகிறானா? கேள்விகளை எழுப்பியபடி ஓய்ந்தது மழை. அக்ரஹாரத்தில் இறந்த முதல் பறையன் என்ற பெருமையை அவன் தேகம் தட்டிச் சென்றதால் அவன் மரணம் உலகிற்கு இரண்டு நாள் கழித்தே தெரிய வந்தது. பறைப் பிரேதத்தை தாங்கியதற்காய் அப்பூமி பலகாலம் பசுமையை இழந்தது. மோப்பம் பிடிக்க முடியாத தூரத்தில் அந்த வனம் அமைந்து விட்டதால் நாய்கள் அழ முடியாமல் போயிற்று. மேலும் மழைக் காலமாதலால் சம்போகத்தில் ஈடுபட்டிருந்த நேரத்தில் அவை யமன் வரவை கவனியாது போயிருக்கலாம். ஆனால் என்னவாயிற்று பசுக்களுக்கு? இத்தனைக்கும் பழநி தன் வாழ்க்கையின் பெரும் பகுதியை அந்த கொட்டிலில்தான் கழித்திருந்தான்.

முடிவில் மரணத்தை அறிவித்தது அவன் மணமே.

வீட்டு அந்தணர் குடும்பத்தோடு வேறோர் ஊருக்கு சென்று தினங்கள் நான்கு ஓடிவிட்டன. அறிந்தே வந்தது போலும் மரணம். நாளை அவர்கள் வந்து விடலாம்.

இரண்டாம் நாள்

வீடுகளின் கொல்லைப் புறங்களிலேயே மணம் தன் பயணத்தை தொடங்கிற்று. முதலில் முகர்ந்தவர்கள் மலம் அள்ளும் ஒட்டன்கள். ஒட்டன்களிடமிருந்து கிளம்பி பால்காரர்கள் வழியாய் வதந்தி பரவலாயிற்று. முதலில் மணத்தின் பயண வேகம் மெல்லியதாக இருந்ததால் இறந்த பெருச்சாளி மணமென பொருட்படுத்தாது போயினர். மறுநாள் ராட்சத கொடியாய் விரிவாக படர்ந்த மணம் அண்டை வீடுகளை சீண்டலாயிற்று. காலாவதியான 'என்ஸைம்' வாடையே முதலில் எழுந்தது. பின் 'மாயா மாளவ கௌளை' விலிருந்து கிளம்பும் இசைச் சாயல்களை போல் மணம் என்ஸைம் வாடையை அடித்தளமாகக் கொண்டு பல அதீத வாடைகளை சுமந்துகொண்டு விஷத்தை காக்கலாயிற்று. ஒட்டச்சி வனமொட்டிய சாக்கடையில் வினோதமான புழுக்கள் கிளம்பக் கண்டாள். நாள் முடிவில் சாராய வாந்தியும் கர்ப்பிணி வாந்தியும் ஒருசேர என்ஸைமுடன் கலந்தது.

இரண்டாம் நாள் மதியம் மலம் அள்ளப்போன ஒட்டச்சி ஒருத்தி கடுமையான காய்ச்சலால் தாக்கப்பட்டாள். பிறகு ஒட்டன்கள் அந்த தெருவை புறக்கணித்து காய்ச்சலில் இருந்து தப்பித்துக் கொண்டார்கள். மலம் கழிவறைகளில் தேங்க ஆரம்பித்தது. மணத்தின் இரு கைகளும் அந்த தெருவை சுற்றி வளைத்து கொண்டு நகங்களால் கீற ஆரம்பித்தன. மண மூலத்தை ஓரளவு யூகிக்க முடிந்தாலும் வீடு பூட்டியிருக்க, வீட்டு அந்தணர் மீது கொண்ட பயத்தாலும் மரியாதையாலும் புகார் நகராட்சியை சென்றடையவில்லை. பிரதி அருகாமை வீடுகள் தங்கள் இயலாமையை நொந்தவாறு பூட்டுகளை தொங்கவிட்டுக் கொண்டன.

மூன்றாம் நாள்

மூன்றாம் நாள் காலையில் மேலும் பல வீடுகள் அடைத்துக் கொண்டன. முழுக் குடும்பத்தையும் மிஞ்சிய வீடுகளும் பழநியின் மணமும் வரவேற்றது.

திறக்கப்பட்டது வீடு.

ஈக்களும் பெயர் அறியாத சிறு பூச்சிகளும் வீட்டினுள் சஞ்சரித்துக் கொண்டிருந்தன. ஒவ்வொரு அறையிலும் நாற்றம் அமர்ந்திருந்தது. மேலும் ஈக்கூட்டம் அந்த வீட்டினுள் நிரம்பிய வண்ணம் இருந்தது. தோட்டப்பாதை தவறிய ஈக்கள் குறுக்கே நின்ற வீட்டு மனிதர்களை சற்றே சீண்டிவிட்டு மீண்டும் பாதையில் மூழ்கின. கொடுமையான கனவுகளின் பின்னணியில்கூட அந்த மாதிரியான வாசனையை முகர முடியாது. நேரம் செல்லச் செல்ல மேலும் பல நரம்புகளை தன்னுள் முறுக்கிக் கொண்டது மணம். பகுத்துக் கூறும் ரசாயன அவதானிகள் கூட தவறும் அளவுக்கு இருநாட்களில் தன் வீர்யத்தை பெருக்கிக் கொண்டது மணம்.

பள்ளிக் கழிவறைகளில் காணக் கிடைக்கும் சிறு புழுக்கள் வனத்தில் ஊறிக்கொண்டிருந்தன. ஈத்திரையினுள் முக்காலும் இலைகளால் மூடப்பட்ட பழநியின் பிரேதத்தை பறவைகள் சில கொத்திக் கொண்டிருந்தன. அது மாதிரியான ராட்சத பறவைகளைப் பிராந்தியம் அதற்கு முன் கண்டிருக்கவில்லை. உண்டு சிதறிய சதைகள் ஈக்களை திசைப் பயணத்திற்கு அழைக்கலாயிற்று.

நேற்று வரையிலும், மண்டியிருந்த மல்லிகை புதருள் மறைந்து வாழும் தேவதைகள் சில நாற்றம் பொறுக்க முடியாமல் தற்காலிகமாய் இடம்பெயர்ந்தன. மணத்தின் அடுத்த தாக்குதல் புரியாது தவித்தது அக்ரஹாரம்.

பழநியின் மகன் மகாமுனிக்கு செய்தி சொல்ல வண்டி கொண்டு ஆள் பறந்தது. தோப்பை அடைந்தது வண்டி. தோப்பினுள் அமைந்த சக்கர வடிவ குடிசை அது. மகாமுனி கயிற்றுக் கட்டிலில் கிடந்தான். ராக்கம்மா நெல் பரப்பி கொண்டிருந்தாள். ஆட்கள் சிலர் தேங்காய் உரித்துக் கொண்டிருந்தார்கள். நேற்று பெய்த மழையை தோப்பின் மேற்பகுதி வாங்கிக் கொண்டு மெதுவாய் கீழே இறங்கிக் கொண்டிருந்தது. வண்டிக்குப் பின்னால் நாய் குரைத்துக் கொண்டிருந்தது.

மகாமுனி!

ஓவ் யாரு?

நான் தான் கோவிந்தராசு வந்திருக்கேன்.

என்னைய்யா !

பழநி போயிட்டாப்ல.

யாரு?

உங்கப்பாரு மகாமுனி.

எப்போ!

தெரியல ஐயர் வீட்லதான் போயிருக்காரு.

சரி போ.

அசைந்தான் கோவிந்தராசு.

ஐயரு உன்னை கூட்டிட்டு வரச் சொன்னாங்க.

வர முடியாதுன்னு சொல்லு.

இல்ல எப்படியும் கூட்டிட்டு வான்னாங்க.

‘சின்ன ஐயரு சம்சாரத்துக்கு நீதானாமே இப்போ எல்லாம்’ தேங்காய் உரிப்பவர் ஒருவர் கேட்டார் கோவிந்தராசு நெளிந்தான்.

அவனை விட்டுடுங்கடா. டேய் ஐயரு கிட்ட நான் என்ன அவன் வெச்ச ஆளான்னு கேளு. போ இனிமே வராதே.

நெருப்பு வால்கள் அந்த பிராந்தியம் முழுவதும் தோன்றியது. அனைவர் செவியிலும் நுழைந்தது. பிராந்தியத்தை விட்டு காதைப் பொத்திக் கொண்டு வண்டி கொண்டு பறந்தான் கோவிந்தராசு.

பலர் சென்று திரும்பினர்.

ஐயரின் மூத்த மகன் இறுதியில் அடுத்தநாள் மகாமுனியை அழைத்து வந்தார்.

கிடைத்த மற்றுமொரு இரவை மணம் நன்கு பயன்படுத்திக் கொண்டது. வதந்திகள் பரவிய இடங்களில் எல்லாம் மணமும் பரவி வதந்தியை விழுங்கலாயிற்று. கொல்லைப் புறங்களில் மட்டுமே விரவியிருந்த மணம் வாசலிலும் தெருவிலும் நுழைந்தது. யாரும் தவிர்த்து விடலாகாது என்பதாய் உணவிலும் புத்தகங்களிலும் மணம் நுழையலாயிற்று. மேலும் மணம் அந்த வீதி பெண்களுக்கு கர்ப்பிணிகளின் சாயல்களை தொடர்ந்து அளிக்கலாயிற்று. பறவைகள் மாமிசத்தை தெருவிலேயே வைத்து உண்ண ஆரம்பித்தன. பெருச்சாளிகளின் பிரேத வாசனையை வீசியது அந்த ஒரு விரல். மழை வேறு சமயமறியாமல் பாலை பொழியலாயிற்று.

நான்காம் நாள்

அக்ரஹாரம் அதற்கு முன் ஒரே சமயத்தில் அவ்வளவு பறையர்களை கண்டதில்லை. தங்கள் பதி விரதா தர்மத்திற்கு ஊறு நேருமோ என பயந்த பெண்கள் ஜன்னல் கதவுகளை அடைத்துக் கொண்டார்கள். எப்படியும் பறையர்களின் வரவு பெண்களின் வரும் வருடத்திற்கான கற்பனைக் களியாட்டங்களுக்கு போதுமானது. அவர்களின் தலைவன் என முன்னே நடந்து வந்தவன் ரெங்கன். மொத்தமாய் சிறு தொகையை பெற்றுக்கொண்டு மகாமுனியை ஸ்தலத்திற்கு அழைத்து வருவதற்கு மட்டும் உத்திரவாதம் அளித்தான் ரெங்கன். சாராயம் குடித்துக் குடித்து வீங்கின கன்னமும் வயிறும் கொண்டவனவன். பறைக் கிழவர்கள் சட்டை அணியாதவர்கள். ஐயர் வீட்டு வாசலில் ஒரு மூலையில் அமர்ந்து கொண்டு புகையிலை துப்பிக் கொண்டிருந்தார்கள். கைலியும் பனியனும் அணிந்த பறைக்குடி இளைஞர் பீடி புகைத்துக் கொண்டு அங்குமிங்கும் அலைந்து கொண்டிருந்தார்கள். மிஞ்சிய சிறுவர்கள் மின்சாரக் கம்பங்களில் ஏறி இறங்கியும் நாய்களை கல்லால் அடித்தும் விளையாடிக் கொண்டிருந்தார்கள். நாய் அடிக்கும் விளையாட்டில் இளைஞர்களும் அவ்வப்போது கலந்து கொண்டார்கள். ஆங்காங்கே விளையாடிக் கொண்டிருந்த அந்தணச் சிறுவர்கள் வீட்டுக்குள் அழைக்கப்பட்டார்கள். பிரேத நாற்றம் பறையர்களை அவ்வளவாக இம்சிக்கவில்லை. ஒரு கூட்டம் சாராயம் குடிக்கச் சென்றது.

மணம் பின் தெருக்களிலுள்ள கொல்லைப் புறங்களுள் நுழைந்து பரவியது. நாற்றம் பரவிய இடங்களிலெல்லாம் ஒட்டன்கள் வேலையை புறக்கணித்தனர். திருவிழாக்கால கழிவறை போல மலம் தேங்க ஆரம்பித்தது. புகார் நகராட்சியை அடைந்தது. அப்பகுதி கவுன்சிலர் ஐயரிடமிருந்து லஞ்சம் பெற்றார். நாற்றம் பரவப் பரவ கவுன்சிலர் பலர் பயனடைந்தனர். ஆங்காங்கே கொல்லைப்புறங்களிலும் பூனைகள் இறந்து கிடந்ததாக கிளம்பிய வதந்திக்கு ஏற்ப நரிக்குறவர்கள் அந்தப் பிராந்தியத்தில் அதிகம் தென்படலானார்கள். வீதி மனிதர்கள் குழந்தைகளை தூக்கிக்கொண்டு மருத்துவமனைகளுக்கு ஓடலானார்கள். காய்ச்சல் குழந்தைகளிடமிருந்து கிழவர்களுக்கு தொற்றிக்கொண்டது. கிழவர்களை தூக்கிக்கண்டு ஓட முடியாமல் வீதி மனிதர்கள் தவித்தார்கள். சாராயம் குடித்து திரும்பிய பறையர்களின் அட்டகாசமும் அதிகரிக்க, பொறுக்க முடியாத அக்ரஹாரம் காவல் துறைக்கு மொட்டைக் கடிதம் அனுப்பியது. காத்திருந்த காவல்துறை அதிகாரிகள் அதிகமாக லஞ்சம் கேட்க சுமாரான தொகை பேசி முடிக்கப்பட்டது.

பேச்சுவார்த்தை ஆரம்பமாயிற்று. மூத்த கிழவர்கள் மகாமுனியைச் சுற்றி வியூகம் அமைத்துக் கொடுத்தார்கள். நாய்கள் சுதந்திரமாய் உலவ ஆரம்பித்தன. அண்டை வீட்டு மாடிகளில் விழித்துக் கொண்டன.

ஐயர் தான் பேச ஆரம்பித்தார்.

மகாமுனி பழநி நாங்கள் தஞ்சாவூர் போயிருக்கும்போது இறந்திருக்கிறான். நல்லதுக்கோ, கெட்டதுக்கோ ரொம்ப நாளாய் எங்கள் வீட்டிலேயே இறந்திருக்கான். உனக்கும் உன்சனத்திற்கும் நாங்கள் புதியவர்கள் கிடையாது. துரதிருஷ்டவசமாக நமக்குள் பிணக்கு ஏற்பட்டாலும் உன் மீதும் உன் சனத்தின் மீதும் எனக்கு எப்போதும் பிரியமும் மதிப்பும் உண்டு. பழநி எப்போது இறந்தான் என்று சரியாக தெரியவில்லை. பழநி எங்கள் வீட்டு மனிதனாகவே இதுநாள் வரையிலும் வாழ்ந்து வந்திருக்கிறான். அவனை தகுந்த முறையில் அடக்கம் செய்ய வேண்டியது என் பொறுப்பு. அதனால் பழநியின் உடம்பை உரிய ஆளிடம் ஒப்படைக்க வேண்டியிருக்கிறது. அவனது அடக்கச் செலவை இந்த வீடு ஏற்றுக்கொள்ளும். தவிர அவனது சேமிப்பு என ரூபாய் ஐயாயிரம் என்னிடம் இருக்கிறது. அவனது வாரிசு என்பதால் அதுவும் உன்னைத்தான் சேர வேண்டும். மேலும் ப்ரேதத்தின் நிலை மிகவும் மோசமான சூழ்நிலைக்கு எங்களை தள்ளி விட்டிருக்கிறது. ஆக...

இடை மறித்தான் மகாமுனி.

“பணமோ பிணமோ என்னிடம் ஒப்படைக்க முடியாது. அந்த தகுதியை உங்காளு இழந்துவிட்டான். எனக்கும் அவனுக்குமான உறவு அகன்று காலம் பல ஓடிவிட்டது.”

“அப்படியில்லையப்பா நீ மறுத்தாலும் அவன்தான் உன் தகப்பன்... அவன் இல்லாமல் நீ இங்கே நின்று பேசிக் கொண்டிருக்க முடியாது. அவனது அடக்கம் உன்னால்தான் நடக்க வேண்டும். வேறு யாரும் இதைச் செய்ய முடியாது. அதுதான் தர்மம்.”

“தர்ம நியாயங்களெல்லாம் எனக்கு உதவுனதில்ல சாமீ ”

“புரிகிறது, உன் கோபம் நியாயமானதுதான். ஆனால் சாவு எல்லாவற்றையும் கடந்தது அப்பா. உன்னை உற்பத்தி செய்த உடம்பிற்கான நன்றிக்கடன் ஐயா. நீதான் செய்ய வேண்டும்”.

“ஏன்யா உன் ரெண்டாவது பையன் பழனிக்குப் பிறந்தவன் தானே. அவனை பண்ணச் சொல்லு.” ஒரு கிழவர் கத்தினார்.

ஐயர் தலைகுனிந்தார் ஐயர் சன ஆடவர் குனிந்தனர்.

ஐயர் உள்ளே சென்றார்.

பிறகு ரெங்கன் உள்ளே அழைக்கப்பட்டான்.

அவனுடன் அவனது ஆட்களும் உள்ளே சென்றார்கள். அகலமாயிருந்தது வீட்டின் அந்தப்பகுதி. வீடு முழுவதும் நீரால் அலம்பி விடப்பட்டிருந்தது. ஊதுபத்திகளின் மணம் வீடு முழுவதும் தோல்வியடைந்திருந்தது.

ரெங்கா பாடியை முனிசிபாலிடில கொடுத்தால் போலீஸ் கேஸாயிடும். இப்பவே நிறைய அழுதாச்சு. உங்க ஆளுங்க வேறு யாரையாவது வைத்து முடிக்க முடியுமா சொல்லு.

எங்க சனம் எதுவும் மாமுனியை மீறி எதுவும் செய்யாதுங்க. வீணா பிரச்சனையை வளர்க்காதீங்க.

ரெங்கா நீ ட்ரை பண்ணினா முடியாதா சொல்லு. பழையபடிக்கு தோப்பு குத்தகைய நீங்களே எடுத்துக்கங்க. பழநியால் தானே நீங்க வெளிய போனீங்க உங்களுக்கு என் மேல் விரோதமா? பழநி மேல் விரோதமா?

அதுக்கு இல்ல சாமி, ரெங்கம்மா கர்ப்பிணியாய் இருக்குறப்ப உங்காளு உதைச்சு இல்ல கொன்னாரு. சாமீ தான அடைக்கலம் கொடுத்தீங்க. அவளோட சேர்ந்து பிள்ளையும் இல்லை போச்சு

அநாதையா இல்ல வளர்ந்துச்சு மகாமுனி... எப்படி சாமி சனம் ஒத்துக்கும். வயசுல உங்க சம்சாரத்தோட சேர்ந்து பழனி என்ன ஆட்டம் ஆடினாப்ல. மக்கித்தான் அழுவணும். ஆளை விடுங்க.

வெளியே வெற்றிகரமாய் வந்து விழுந்தது ரெங்கன் கூட்டம். மகாமுனியை கணக்குப்பிள்ளை சமாதானப்படுத்த முயற்சித்துக் கொண்டிருந்தார். பழநியின் ஆத்மா திண்ணையில் அமர்ந்து அனைத்தையும் உற்றுப் பார்த்துக் கொண்டிருந்தது.

இறந்த பூனையொன்று பாதாள சாக்கடையில் அடைத்துக் கொண்டது. நீர் துவாரங்களை உடைத்துக் கொண்டு தெருவில் புகுந்தது. நாற்றம் பொறுக்க முடியாத சிறு குருவிகள் வனத்துள் இறந்தன. ஆங்காங்கே பறந்து கொண்டிருந்த குருவிகள் ‘தொப்’ ‘தொப்’ என கீழே விழுந்து இறந்தன. ராட்சத பறவைகள் தெருவிலேயே அமர்ந்துகொண்டு சிறு பறவைகளை உண்ண ஆரம்பித்தன. ராட்சதப் பறவைகளின் நிழல்களால் இருண்டிருந்தது தெரு. பயந்தோய்ந்த சிறுபறவைகள் கூட்டம் கூட்டமாய் அப்பிரதேசத்தை விட்டு இடம்பெயர்ந்தது. பொன் வண்டுகளாய் உருமாறி பிரதேசத்திற்கு திரும்பின. அவை பலகாலம் பொன் வண்டுகளாகவே இருந்தன. ராட்சத பறவைகளின் சரணாலயமாக ஆனது பிரதேசம். பூச்சிகள் வனத்தின் எல்லாப் பகுதிகளிலும் புகுந்து விளையாடின. அப்போது வீழ்ந்த மலை வாழை இனம் பல காலத்திற்கு தொலைந்து போயிற்று. தடாக பெருங்கிணற்றில் பறவைகளின் சடலங்கள் நீர் திரையை மூடின. நீர் மட்டமும் மல மட்டமும் பிரதேச வீடுகளில் உயர ஆரம்பித்தன. மறுபடியும் தொடங்கியது மழை.

ஐந்தாம் நாள்

எம். எல். ஏ. அடுத்த நாளே வந்து சேர்ந்தார். அவர் காரை சுற்றி வளைத்தது பறைக்குடி. விலக்கி ஐயர் வீட்டுக்குள் சென்றார். பிறகு சிறிதுநேரத்தில் மகாமுனியையும் ரங்கனையும் தனியே அழைத்தார்.

என்ன மாப்பிள, ஏதோ நடந்துடுச்சி. மொத்தமா பணம் வாங்கிட்டு உட்ற வேண்டியதானே, என்ன மாமா.

இல்லை அப்பாவு, இப்ப விட்டா அவனுங்களை எப்பவும் பிடிக்க முடியாது.

அதுக்கில்லை மாமுனி, உம் மேலயும் நாலஞ்சு கேஸு இருக்கு. ஐயர்ட்ட சொல்லி எல்லாத்தையும் பைசல் பண்ணிக்கலாம். எதுக்கு வர லச்சுமியை வேணாங்கனும் என்ன நான் சொல்றது மாமா.

என்னையா கேஸை காட்டி ஐயன் மிரட்றானா. அதை எனக்கு பாத்துக்க தெரியும்.

ரெங்கன் அப்பாவுவிடம் முணுமுணுத்தான்.

என்ன அப்பாவு. இது என்ன இப்ப தீர்மானிச்ச முடிவா. இதுல மகாமுனிக்கு மட்டும்தான் இஷ்டமில்லைன்னா நினைச்சயா நம்ம சனம் ரொம்ப கொதிப்புல இருக்கு. நாம வேணாம்னு நாயக்கன வச்சுக்கிட்ட ஆளுதானயா அவன். நீயும் பறையன்தான. நீ எங்க பக்கத்துல இப்ப நிக்கணும். அது வுட்டு புட்டு நீ என்னென்னமோ பேசற. உனக்கு பிரச்சனைன்னா நீ சம்பந்தப்படாதே. ஐயன் குரூப் நமக்கு எகின்ஸ்டுதான் எப்பவும். கரிசனம் எல்லாம் இப்பத்தான் பிரச்சனையினால. நீ என்ன பண்ணினாலும் அக்ரார ஓட்டு நமக்கில்லை ஆமாம். இத நம்பி நம்ம சன ஓட்டை கோட்டை வுட்றாத சொல்லிப்புட்டேன். பறையன்னால அவனுகளுக்கு ஒரு இளக்காரம் உண்டு. ஒரு பறையனும் இதுல அவனுக பக்கம் இல்லாம நான் பார்த்துக்கறேன். நீ முடிஞ்சா இப்படி வந்து பக்கத்துல நில்லு. இல்ல பேசாம கிளம்பு."

எம். எல். ஏ வெளியேறினார்.

தங்கள் மொட்டை கடுதாசிகளினாலும் புகார்களினாலும் தொடர்ந்து தோல்வியடைந்த அக்ரஹாரம் கும்பலை விரட்டிக் கொண்டு ஐயர் வீடு நோக்கி நகரலாயிற்று. ஐயர் நிலை கண்டு வாய் பொத்தி அடங்கியது அக்ரஹாரம். நாற்றம் கடைவீதிகளுள் நுழைந்தது. வெளியிலும் நாற்றம் பரவியது. வாதம் தொடர்ந்தது. இடப்பெயர்ச்சி பற்றி தேவதைகள் பேச ஆரம்பித்தன.

ஐயர் மகாமுனி வாதங்கள் மரங்கொத்தியாய் உருவெடுத்தன. தோட்டத்துள் பறந்தன. பின் பழநியின் கபால பகுதியைக் கொத்த ஆரம்பித்தன. ஆத்மா அலறலாயிற்று. அங்கே இறந்து கிடந்த வௌவாலின் உடலில் கூடு புகுந்த பழநியின் ஆன்மா தேவதைகளின் தலைவி முன் மண்டியிட்டு அழ ஆரம்பித்தது.

மகாமுநியின் கூட்டம் அடக்கம் செய்ய முடியாது என உறுதியாய் நின்றது. ஐயரின் சம்பிரதாயம் ப்ரேதத்தை தொடக்கூட அனுமதிக்கவில்லை. ஐயர் சனம் பிணமெரிக்க ஆள் தேடி அலையலாயிற்று. தடுக்கக் கிளம்பியது பறைக்குடி.

வனத்துக் கிணறு நிரம்பி வழிந்தது. மலக்கிடங்குகள் உடைத்துக்கொண்டன. பழங்களுள் பூச்சிகள் புகுந்தன. பூக்கள்

கொசுக்களால் சூழப்பட்டன. பலவருடங்கள் அவ்வனம் பசுமையை காணமுடியாதபடி பூச்சிகள் துவம்சம் செய்து கொண்டிருந்தன. மரங்கொத்திகளின் எண்ணிக்கை பெருகலாயிற்று.

ஆறாம் நாள்

தேவதைகள் தீர்மானித்தன. ஒரு தேவதை ஈக்களையும் மரங்கொத்திகளையும் பழநியிடம் இருந்து பிரித்தது. இன்னொன்று மந்திர குளிகை ஒன்றை பழநிக்கு ஊட்டியது. ஆன்மா பழநியுள் புகுந்தது. பழநி உயிர் பிழைத்தான்.

காற்று வீசியது பலமாய். பசுக்கள் கதறலாயின. பழநி கண்களால் தோட்டத்தை ஒருமுறை வலம் வந்தான். கண்களை மூடிக்கொண்டான். பூமியில் நாசமான ரோஜா பதியன்களை கையிலெடுத்து கண்ணருகே வைத்து பின் எறிந்தான். கொட்டில் வழியை புறக்கணித்து வீட்டு வழியாய் வாசலை அடைவது எனத் தீர்மானித்தான். ஓசைகளை கூர்ந்து கேட்டு வாசலைக் கண்டுபிடித்தான். சதை வந்த வழியெடுங்கும் உதிர்ந்து கொண்டே வந்தது.

ஈக்களும் பெரும் பறவைகளும் அவனை தொடர்ந்து வீட்டினுள் நுழைந்து சிதறின. ஐயர்வீடு அலறியது. 'வாசலில் குழுமியிருந்த பறைக்குடியையும் தன் மகனையும் கண்டான். பறைக்குடி பயந்து விலகியது. சதையும் மண்ணும் உதிர உதிர ஓடலானான். வீதிக்கதவுகள் திறந்து திறந்து மூடப்பட்டன. பறவைகளின் நிழல்கள் மயானம் நோக்கி பறக்கலாயிற்று. குழிவெட்டிக் காத்திருந்தன தேவதைகள். குழியுள் பாய்ந்தான். பறவைகள் வட்டமிடலாயின. தேவதைகளுக்கும் தன்னை இதுகாறும் காத்த பழநியின் உடம்பிற்கும் நன்றியைத் தெரிவித்துவிட்டு தன் பிறவியை நொந்தவாறு ஆன்மா விண்ணிலே மறையலாயிற்று.

காலம் - 1991

அன்னார்

ஓடிப்போனவனுக்கு ஒன்பதாம் இடத்தில் ராஜா
அகப்பட்டவனுக்கு அஷ்டமத்தில் சனி

- ஜோதிட சாஸ்திரம்

அம்புலி சலூனுக்கு இளைஞர் பட்டாள வாடிக்கை யாளர்கள் அதிகமிருந்ததற்கு காரணம் மற்ற இடங்களை விடவும் இரண்டு ரூபாய் குறைவு என்பது மட்டுமல்ல (இரண்டு ரூபாயை திசைகளே தீர்மானித்தன). ஊரின் பரபரப்பு சமாச்சாரங்களை முகிலின் வாயால் பிரஸ்தாபிக்கப்படும்போது தான் அவற்றின் சகல பரிமாணங்களும் வெளியே வரும். முகில்தான் அம்புலி சலூனில் முதலாளி. உண்மையா? சுவாரஸ்யமா? எனக் கறாராக கேட்டால் முகில் சுவாரஸ்யத்தின் பக்கத்தில்தான் நிற்பான். அவனுடைய நிலைப்பாட்டிற்கு திசைகள் மட்டும் பொறுப்பல்ல, காலமும் ஒத்தாசையாய் இருந்து வந்தது. அவன் பெற்றோருக்கு அவன் மூன்றாவது மகன். முதல் மகன் பன்னீர்(செல்வம்) திருமணம் முடிந்த சில நாட்களுக்குள் வீட்டில் ஏற்பட்ட பிணக்கு (கிணற்றடியில் தொலைந்ததோர் வளையல்)காரணமாக பிரிந்தவன் எடமலைப்பட்டி புதூரில் தனியாக சலூன் அமைத்துக் கொண்டான். அவன் காலத்திற்குப் பிறகும் முருங்கை மரமொன்று அவன் சலூன் வாசலில் இருந்தது. இரண்டாவது மகன் செந்தில் கட்சியில் 1967 ஆம் ஆண்டு கோடையிடி நாராயணன் முன்னிலையில் சேர்ந்து படிப்படியாக வளர்ந்து இன்று திருவெறும்பூர்

ஒன்றிய செயலாளராய் இருக்கிறான். ஒயின் ஷாப், லேத் பட்டரை, மூன்று ஆட்டோ மற்றும் உரக்கடை என்று விஸ்தரித்துக் கொண்டு இன்று வசதியாக இருக்கிறான்.

அம்புலியில் முகிலோடு சேர்ந்து மொத்தம் ஆறு நபர்கள். அவர்கள் ரிங்பாச்சா, குருவி சம்முவம், வெல்டிங் குமார், கோலிராஜ் மற்றும் M.P.T. (மணிப்புறா தங்கவேல்) ஆவர். அனைவரும் சிறிய அளவில் தம் குலத்தொழிலையே செய்து வந்தனர். எப்போதும் நாலுபேர் காட்டிலும் இருவர் கடையிலும் இருப்பர். பட்சிகளின் எச்சமே அவரவர்க்கு அவர்தம் வீடுகளை நினைவுபடுத்தும். இவர்கள் அனைவருக்கும் விருப்பமான பொது பின்கோடை அம்சம் உண்டு என்றால் அது பகல் கொள்ளிடக் குளியலே. ஒரு பகற்பொழுதில் தான் கொள்ளிடக்கரையில் அவர்கள் அறிமுகமானார்கள்.

இவர்களில் ரிங்பாச்சா மிமிக்கிரியில் வல்லவன். தீப்பொறி ஆறுமுகத்தின் குரல் இயல்பிலேயே வாய்த்திருந்தது. ஏதோ ஒரு அமானுஷ்ய சக்திதான் எந்த செய்தியையும் அம்புலிக்கு முந்தித்தருகிறது. வெல்டிங் குமார் கோனார் என்பதையும் இங்கு ஞாபகப்படுத்திக் கொள்ளவேண்டும். கரடுமுரடான எந்த செய்தியையும் கலைநயத்தோடு கத்தரித்து அனுப்புவான் முகில் வதந்தியில் உருவை ஏந்தி அவை திசைகளில் நகரும். அந்திப் பொழுதில் வடக்கு வாசலிலிருந்து தெற்கு வாசலுக்கு குறுக்கு சந்துகளூடே குருவி சம்முகத்தின் சைக்கிள் பறக்கும். பின்னால் அமர்ந்திருப்பான் முகில். தெற்கு வாசலே ஊரின் பிரதான வாசல். காவிரியும், அழகிய யுவதிகள் காணக்கிடைக்கும் பேருந்து நிறுத்தங்களும், காந்தி சிலை உடைய பெரியக் கடைவீதியும், பாரம்பரிய சினிமா கொட்டகைகளும், மூன்று மதுபான விடுதிகளும் அத்திசைக்கு சொந்தமானவை. அபார்ட்மென்ட்கள் மேற்கிலே பெருகிக்கொண்டிருந்தன, மாமரங்களில் நினைவுகள் அந்தத் திசைக்கு உண்டு. கோயிலின் தெப்பக்குளத்தையும் அது கொண்டிருந்தது. புகைவண்டி நிலையமும், இருபாலர் உயர்நிலைப்பள்ளிகளையும் கிழக்கு இழுத்துக்கொள்ள, கொள்ளிடத்தை மட்டுமே மூலதனமாய் கொண்டிருந்தது வடக்கு. கொள்ளிடத்தின் எதிர்கரை கிராம மனிதர்களும் பேருந்துக்கு பழகிக் கொண்டு விட்டார்கள். முகில் பக்கா வடக்கு வாசல்காரன். மொட்டை கோபுரத்தின் அடிவாரத்தில் அமர்ந்திருந்தது அம்புலி.

ஓடும் சைக்கிளில் ஏறவோ, இறங்கவோ அறியாதவன் முகில். ஜாபர்ஷா - டீக்கடை வாசலில் சைக்கிளை நிறுத்துவான் குருவி சம்முவம். டீயை உறிஞ்சியபடிக்கு புழங்கும் செய்திகளை புதிதாய்

T. கண்ணன் ● 111

வாங்கிக்கொண்ட பாவனையோடு அவர்கள் கட்டிலுக்கு விரைவார்கள்.

முகிலின் தந்தையார் சின்னசாமிதான் எங்கள் குடும்ப நாவிதர். அப்போது நான் கல்லூரியில் படித்துக்கொண்டிருந்தேன். புழங்கும் நாகரீக வேகத்திற்கு சின்னசாமியின் சிறு கண்ணாடி ஈடுகொடுக்க முடியாமல் போகவே, பெரும் சண்டைக்கு பிறகு சலூனில் முடி வெட்டிக்கொள்ள வீட்டின் அனுமதி கிடைத்தது. இப்படியாகத்தான் தொடங்கியது 'அம்புலி'யோடு சகவாசம். காலம் 'சிலோன்' ரேடியோ பழைய சினிமாப்பட பாடல்களை சூனியத்தில் தள்ளினாலும், அம்புலியின் மர்பி ரேடியோ முள் 'சிலோன்' ஸ்டேஷன் தவிர வேறேதிலேயும் நிற்காது துருப்பிடித்திருந்தது. மேலும் அந்தத்திசையில் 'திருட்டு தம்' அடிக்க பாதுகாப்பான இடமென்று வேறெதுவும் இல்லாமல் போக, இளைஞர் குழாம் அம்புலியில் அடிக்கடி கூடியது. முகிலின் அரவணைப்பும் கூடிவர இளைஞர் பட்டாளம் எழுப்பிய புகை மண்டலத்தின் நடுவே முகில் முடிவெட்டிக் கொண்டிருக்கும் காட்சி பழைய வாஹினியின் திரைப்பட கனவுக்காட்சி போல் தோற்றமளிக்கும்.

உலகம் சுற்றும் வாலிபன் தேவிக்கொட்டகையில் ஆடிக் கொண்டிருந்தது. "இரண்டாம் ஆட்ட" இடைவெளியில் முகிலை நான் சந்திக்க நேர்ந்தது. டீயை உறிஞ்சியபடிக்கு என்னை நோக்கி நகர்ந்தவன் வாஞ்சையோடு தன் வலது கையை என் தோளில் போட்டுக் கொண்டான். 'மரண பயத்தால் மணி மனநிலை குன்றிக் கிடக்கிறான்' என்றும் 'நல்லதும் சாரையும்' பிணைந்திருப்பது போல் மணியைப் பற்றிய "புனைவும் நிஜமும் ஒன்றாகவே இருக்கின்றன' என்றும் 'நாளைக்கு கடைக்கி வாவென்றும்" கூறிவிட்டு கொட்டகையின் இரவில் மறைந்தான்.

தொலைதூரத்து சித்தப்பா குடும்பத்தினரின் வருகை மதியம் நிகழவெழுந்த காக்கைகளின் கத்தல் என் தூக்கத்தை பாதியிலேயே முறித்தது. ஆசார தலையணை போல் கெட்டித்து கிடந்தது தலை. மந்தம் உடலெங்கும் போர்வையாய் படிந்திருந்தது. கொல்லைப்புறம் நகர்ந்து தண்ணீரை முகத்தில் அடித்துக் கொண்டேன். பின் அம்புலி நோக்கி கால்கள் நகரவும் சென்றேன்.

வாசல் கட்டிலில் வெல்டிங் குமாரும், ரிங் பாச்சாவும் தூங்கிக் கொண்டிருந்தார்கள். உள்ளே ஒருவருக்கு முகத்தில் நுரை அப்பிக் கொண்டிருந்தான் முகில். நுழையவும் முகில் கண்களால் அழைத்த விதத்தில் காத்திருப்பை அறிந்து கொண்டேன். சற்றே வேலையை

நிறுத்திவிட்டு குவிந்து கிடந்த நாளேடுகளுக்கு அடியில் கையை விட்டு ஒரு காகிதக் கொத்தை எடுத்து என்னிடம் கொடுத்துவிட்டு கண்களைச் சிமிட்டினான்.

என் கை படவும் காகிதக்கொத்து ஒரு சஞ்சிகையாய் மாறியது. 24 பக்கங்களைக் கொண்டிருந்தது அமுதம் எனும் அக்கையெழுத்துப் பத்திரிக்கை. அட்டையில் வரைபட ஊதா நிறத்தில் புல்லாங்குழல் ஒன்று வரையப்பட்டிருந்தது. தாழி உடைந்து நவநீதம் பெருகி ஓடுவதுபோல் மேலும் ஒரு சித்திரம். உள்ளே புரட்ட பொருளடக்கத்தில்,

1. ககன யாத்திரை
2. சிரபுஞ்சி
3. ஹம்சாநந்திமூலம்
4. குதிரை வையாளி
5. உத்திர கிரியை
6. 007 சில குறிப்புகள்

என தலைப்புகளைக் கண்டேன்.

நான்கு வருடங்களுக்கு முன்னால் 'உத்திரகிரியை' என்ற எனது கதை 'விருட்சம்' இதழில் வெளியாகியிருக்க, எனது கவனம் உடனடியாக 'உத்திரகிரியை' யில் விழுந்தது. பக்கங்களை புரட்டி நான் வந்து சேர 'அதேதான்' என்று ஜாடையில் கண்ணாடியிலிருந்தும் முகில் சொன்னான். இப்படியாக தொடங்கியிருந்தது கதை.

உத்திரகிரியை

நிலா

குளிகன்:

15 நிமிடங்களுக்கு மேலாக "லாங்பெல்" எனும் தண்டவாள மணி ஒலித்துக் கொண்டிருந்தது. பிரியட் முடிவுகளுக்கு மின்சாரம் வந்து விட்டாலும் கூட, இறுதி மணியை தண்டவாளத்திற்கே விட்டுவிடுவார்கள். 1961 என்றுதான் ஞாபகம், மத்திய ரயில்வே மந்திரி தன் பதவியை ராஜினாமா செய்யும்படிக்கு நிர்ப்பந்தித்த ஒரு பெரும் ரயில் விபத்தில் கிடைத்த துண்டுதான் அது. தலைமை ஆசிரியர் அறைக்கு பின்னே 67 வருடங்களாக வாழ்ந்து வரும் தூங்கு-மூஞ்சி மரத்தில்தான் அது தொங்கிக் கொண்டிருக்கிறது.

கீழ்-நிலை வகுப்பு தமிழாசிரியர் D.M.V 'கிளம்புகிறேன்' என்று சொல்லி விடைபெறும்போது, நாராயணன் கிளார்க் கடிகாரத்தைப் பார்க்க 4. 35 முதலில் உறைத்தது அவருக்குத்தான்.

பசுபதி ஐயா 'ஹெச். எம்' மாக இருந்த காலத்தில், ஓர் மழைநாளில் யாரேனும் தேசத்தலைவர் இறந்தால் ஐந்து மணித்துளிகள் 'லாங் பெல்' அடிக்கப்படவேண்டும் என விதி செய்தார். விதியின் பயனை முதலில் அனுபவித்தவர் ஜவஹர்லால் நேரு அவர்கள்தான்.

ஆனாலும் அப்போது ஒலித்துக்கொண்டிருக்கும் மணியின் கால நீளத்தை அளந்தால் மூன்று தேசத்தலைவர்களும், இரண்டு பிராந்திய தலைவர்களும் இறந்திருக்க வேண்டும். விபரீதத்தை உணர்ந்த நாராயணன் கிளார்க் ஹெட்-மாஸ்டர் அறைக்கு விரைந்தார். ஆனாலும் அனுமதிக்காய் காத்திருக்க வேண்டியிருந்தது.

4. 40 க்கு அழைப்பு வர பதட்டத்துடன் உள்ளே நுழைந்தவர் விஷயத்தை 'ஹெச். எம்' மிடம் கூறினார். இருவரும் அறையின் பின்பக்கக் கதவை திறந்து தூங்குமூஞ்சி மரத்தைப் பார்க்கவும் தெரிந்தது காட்சி. சவுக்கடியை நிறைவேற்றும் அராபிய அடிமையைப் போல் கேசவன் மணி அடித்துக் கொண்டிருந்தான். 'நிறுத்து'

'நிறுத்து' என கத்தியபடிக்கு ஸ்தலமடைந்தனர் இருவரும். கேசவன் கேட்டானில்லை. மூச்சு வாங்கியது. காலரில் கிடந்த கைக்குட்டையை எடுத்து முகம் துடைத்தார் நாராயணன். கேசவன் கையைப் பிடித்து நிறுத்தும் முயற்சியில் இரு அடிகள் ஒன்று மணிக்கட்டிலும், இன்னொன்று நகக்கண்ணிலும் விழுந்தது. முதலில் 'ஹெச் எம்' மே கையில் இருந்த 'ராடை' பிடுங்கினார். ஓய்ந்தது ஒலி. ஆடிக் கொண்டிருந்த கேசவன் மூர்ச்சையாகி கீழே விழுந்தான். பேண்ட் பாக்கெட்டிலிருந்தும் கைக்குட்டையை எடுத்து தன் தலை வழுக்கையை துடைத்தார் ஹெச் எம்.

தொடரும்...

படித்து முடித்தபின் காலியாய் கிடந்த நாற்காலியில் ஏறி அமர்ந்தேன்.

ட்ரிம்மிங் என்றேன்.

என்னப்பா, படிச்சியா? என்றான் முகில்.

படிச்சேன் இதற்கும் மணிக்கும் என்ன சம்பந்தம்?

காலால் முகில் நாற்காலியை உதைக்க, சுழற்ற நான் வெகுஅருகில் அவன் கண்களைக் கண்டேன். கோபால் பற்பொடி வாடை அவனிடமிருந்து எழுந்தது.

இப்ப நீ படிச்சது இரண்டாவது அத்தியாயம். முதல் அத்தியாயம் மார்ச் மாத புக்ல இருக்கு. இதில் இருக்கிற கேசவன்தான் நம்ம மணி. கத்திரிக்கோலை சிமிட்டியபடிக்கு என்னை நெருங்கினான் முகில்.

"நம்ம செல்லாயி அம்மன் கோயில் திருவிழாவின் கடைசி நாள், ஆட்டை வெட்டியாச்சு. ஒருபக்கம் ஆட்டுத்தலை துடிச்சுகிட்டிருக்கு. இன்னொரு சைட்ல பூசாரிக்கு சாமி வந்துருச்சு.

நம்ம மூக்கு ஜோதியோட மாமன்தான் ஆடறான், ஆடிக்கிட்டே பாட்றான். உடம்புல எரியற கற்பூரத்தால அடிக்கிறாங்க. ஆட்டம் ஜாஸ்தியாவுது. பாட்றவன் சும்மாயில்லாம மணிக்கு பக்கத்துல வந்து நிற்கிறான். நின்னவன் அவன் மூஞ்சியையே பார்த்து அடுத்த வருஷத் திருவிழா பார்க்க நீ உசுரோட இருக்க மாட்டேன்'னு சொல்லிட்டு சர்க்கஸ் குதிரை மாதிரி மூன்று ரவுண்டு அடிச்சான். நாலு கற்பூர வில்லையை அப்படியே முழுங்கிட்டு அப்படியே மயங்கி விழுந்தான். இளநீயால மூஞ்சில ஊத்துறாங்க. மணிக்கு வியர்வை ஜாஸ்தியாயிடுச்சு, மயங்கி விழற சமயம், நம்ம செயின் - ராமன் அப்படியே அவனை தாங்கி - கிட்டு சிவாஜி (தவப்புதல்வன்) கட்- அவுட்ல சாச்சு வைச்சான்."

இதில விசய என்னன்னா? பூசாரி சொல்றதுல நல்லத விட கெட்டதுதான் அதிகம் பலிக்கும்.

முகில் சொல்லி முடித்தான்.

சரி அந்த 'பெல்'லு சமாச்சாரம்.

அதுவும் உண்மைதான். வேணும்னா நீயே நாராயணன் கிளார்க்கிட்ட கேளு என்று சொல்ல, வேலாயுதம் நாற்காலியை சுழற்ற 'நுரை அப்பிக்கிடந்த முகத்தோடு நாற்காலியில் கிடந்த நாராயணன் கிளார்க் "ஆமாம்" என்றார்.

மேலுமவர் "நானும் புக்கை படிச்சேன், அப்படியேதான் நடந்ததை எழுதியிருக்கார். ஒரே ஒரு தகவல் பிழை. நேரு சம்மர் ஹாலிடேஸ்ல தான் செத்துப்போனார். எப்பயுமே நேரு பிறந்த நாளுக்கும், செத்த நாளுக்கும் குழந்தைகளுக்கு லீவுதான். முதன்முதலா லாங் பெல் அஞ்சு நிமிஷம் அடிச்சது லால்பகதூர் சாஸ்திரிக்குத்தான்" என்றார்.

முகிலின் முகத்தில் ஓடிய பெருமித ரேகைகள் என்னுள் அசூயை கிளப்பின.

மணியின் தந்தை முத்துகிருஷ்ணனும் (போண்டி) எங்கள் பள்ளிக்கூடத்து ப்யூன் தான். மணி அப்போது 'கலைக்குரிசில் கணேசன்' ரசிகர் மன்றத்துச் செயலாளராயிருந்தார். திருச்சியில் பாபு, குலமா குணமா, சுமதி என் சுந்தரி, மூன்று தெய்வங்கள், ராஜா, ஞான ஒளி, பட்டிக்காடா பட்டணமா என சிவாஜியின் படங்கள் தொடர்ந்து நூறுநாட்கள் ஓடியிருந்தன. சிவாஜி மன்றங்கள் அதிகரித்துக் கொண்டிருந்தன. ஆனால் 'கலைக் குரிசில்' ஆற்றிய பணிகளுக்கு முன்னால் வேறெந்த மன்றமும் நிற்க முடியவில்லை. சித்திரை வீதியில் தொடர்ந்து ஐந்து ஆண்டுகள் 'சைக்கிள் ரேஸ்' நடத்தியது கலைக்குரிசில். 'வாணி ராணி' தோல்வியடைந்தது. அந்த சமயத்தில்தான் முத்துகிருஷ்ணன் கடும் வயிற்றுப்போக்கால் ஒருவார காலம் அவதியுற்று பின் புழக்கடை பின்விளக்கு ஸ்விட்சில் 'ஷாக்' அடித்து இறந்து போனார். மரணத்தின் கோணல்மாணலான தாத்பர்யத்தை ஊரே கண்டு அதிசயித்தது. போண்டியின் வேலையை நிர்வாகம் அவன் மகனுக்கு போட்டுக் கொடுத்தது. வசந்தமாளிகை காலகட்டம் மணியின் 'ரசிகர் மன்ற' வாழ்வதனின் பொற்காலம். ஐந்து ரூபாய் நோட்டு மாலை 'சிவாஜிகணேசனின்' 'கட் அவுட்'டிற்கு மாசி மக நன்னாளில் சாத்தப்பட்டது. அந்த நாட்களில் ஒன்றில் காமராஜர் இறந்து போனார். அவர் தம் மறைவிற்கு பின் சிவாஜி அவர்கள் காங்கிரஸ்(ஐ)ல் சேரவும் சோர்ந்து போனார் மணி. பா. ரா. தலைமையில் 'தனித்தே இயங்கி தன்மானம் காக்கவும் தலைப்பட்டார்' மணி. பின்னர் 'அவன்தான் மனிதன்' ரிலீசான சிலநாட்களில் அவர் சிங்கபெருமாள் கோயிலில் பொன்னியம்மாளை மணந்தார். பொது-வாழ்க்கையிலிருந்தும் மெதுவே விடுதலைபெறத் துவங்கவும் 'எமர்ஜென்சி' முடிந்து தேர்தல் அறிவிக்கப்பட்டது.

நான் பள்ளியில் படித்துக் கொண்டிருந்த காலத்தில் 'பூப்பந்து' விளையாட்டு வீரனாய் பள்ளி அணியில் இருந்தேன். 'ஸ்லேசஞ்சர்' ஸ்டீல் ராக்கெட் 'எனக்கு அப்பாவினால் தருவிக்கப்பட்டிருந்தது. அதற்கான மரியாதை எனக்கு.

தளத்தைப் பெருக்குவது, நெட் கட்டுவது, கெட் கட்டுவது போன்ற அசாமானிய வேலைகளில் ஈடுபட்டு கொண்டிருப்பார் மணி.

'ஐந்தில்' ஆள் குறையும்போது 'Back' ஆக களம் நுழையும் பணி un-official (அதிகாரபூர்வமற்ற) ஆக அவருக்கு திணிக்கப்பட்டிருந்தது. இன்றைய தினம் ரயிலோசை பின்னணியில் யோசிக்கும்போது மணி

ஒரு சிறப்பான ஆட்டக்காரர் என்பதை மறுக்க முடியாமற் போகிறது. ஆனால் அன்று? சேர்ந்து விளையாடும் பள்ளி ஆசிரியர்கள் தம் குறை மறைக்க பணி மீதும் வீசும் வசைகள், ஊழியக்காரரான மணி மீது சிறு மரியாதையைத் தருமளவு எமது மனங்கள் அனுமதித்திருக்கவில்லை.

பள்ளி நாட்கள் முடியும் தறுவாயில், நளினம் நோக்கி எனை நான் செதுக்கிக் கொண்டிருந்த காலகட்டத்தில் 'ஹிந்து' நாளிதழ் ஏஜென்சி அன்றைய ஹெச். எம் ஸ்ரீமான் Y.S.V.க்கு கிட்டியது. மணி எங்கள் தெருவிற்கு பேப்பர் போடும் ஆளாக நியமிக்கப்பட்டார். அப்போதே நான் மணியை பன்மையில் அழைக்க ஆரம்பித்தேன் காலமதின் போக்கில் அவர் ஹெச். எம்மிற்கு வலதுகரமானார். வடக்கு வாசல் சூழல் கேளிக்கைகளிலிருந்து அவர் முற்றிலும் தன்னை விலக்கிக்கொண்டார். நகரும் காலமதில் கட்டில் கோஷ்ட்டியோடு சம்பாஷிப்பதையே அகௌரவமாய் நினைப்பதாக முன்பொரு சமயம் என்னிடம் முகில் வருத்தப்பட்டுக்கொண்டான்.

அன்று ஓர் செவ்வாய்க்கிழமை தான். தெருவில் பிச்சைக்காரர்கள் நடமாட்டம் அதிகமிருந்தது. பசலைக்கீரை காய்கறி மார்க்கெட்டில் மிகுந்திருந்தது. வாசலில் கூட்டம் குறையும் நேரத்தில் சைக்கிள் மணி சப்தம் கேட்டது. குருவி சண்முகம் நின்றுகொண்டிருந்தான். என்ன குருவி? என்றேன் பூக்கடைக்குப் போறேன்யா? வழியிலே முகில் புக்க குடுத்துட்டு வரச்சொன்னாப்ல?. பிரேக் கேப்பிலிருந்து புஸ்தகத்தை எடுத்துக் கொடுத்துவிட்டு 'வரேன் மாப்ள' எனக் கூறிவிட்டு சண்முகம் நகர்ந்தான். குருவி சண்முகத்துக்கு பெண்பூனைக்குரல் பகல் வேளையில் அவன் தான் அரசியல் ஏடுகளை முகிலுக்கு படித்துக் காண்பிப்பான். அவன் குரலில் பத்திரிக்கையில் வரும் தலைவர்களின் வீர முழக்கங்கள் படிக்கும்போது ஒரு கூட்டம் எப்போதும் வேடிக்கை பார்க்கும். செய்தியின் முக்கியத்துவத்தை அவன் குரல் தூக்கி அடிக்கும். பெரும் மரணச் செய்திகளுக்கும், விபத்துக்களுக்கும், அழிவுகளுக்கும், மறைக்கப்பட்ட ரகசிய வெற்றிகளுக்கும் அவன் குரல் பணியும். இதழ் புரட்ட இவ்விதமாய் ஆரம்பித்திருந்தது.

உத்திரகிரியை

பத்மன்:

விடியவில்லை காலை, முதல் ரயிலின் ஊளையில் எழுந்து விடுபவள் பொன்னியம்மாள். வீட்டு முருங்கை மரத்தில் பனியின் பிசுபிசுப்பு. தொழுவத்தை பெருக்கத் துவங்கினாள். மாடுகளுக்கு

தீனியைக் கரைக்க என நினைத்துக் கொண்டிருந்த வேளையில் குளியலறையில் விளக்குச் சத்தம் கேட்டது. அதிகாலைக் குளியல் மார்கழியில் தானே என ஆச்சரியப்பட்டாள். வெளியே வெளிச்சம் கனவு என காணத் துவங்கவும் பிறைகளில் அகல்களை ஏற்றினாள். கூண்டுக் கோழிகள் விடுதலை அடைந்தன. தொழுவத்துள் தேங்கிய சாணியை கரைத்து வாசலில் தெளிக்கத் தொடங்கினாள். நதியை நோக்கி மேலே வெண்ணிற பறவைகள் பறந்து கொண்டிருந்தன. புகைவண்டி தூரத்து பாலம் கடக்கும் சப்தம் 5 புள்ளி 8 வரிசை மூன்றாவது வரிசையில் கேசவன் வாசலைக் கடந்தான். 'ஓவ் பேப்பர் போட போவலையா' எனக்கேட்க கோபமான குரலில் பதில் ஒன்றைப் பெற்றாள். சிகையை ஒதுக்கியபடிக்கு குரலின் பாதையை வாயால் வலிப்புக்காட்டி விலக்கினாள். பின் கோலத்தை முடிக்கவும் துவங்கினாள். கோலம் முடியவும் கேசவன் தெருவினைக் கடந்தான். பால் ஏனத்தை ஏந்திக்கொண்டு மீண்டும் தொழுவத்துள் நுழைந்தாள். வீட்டினுள்ளே குழந்தைகள் அசையத் துவங்கியதை கேட்டவள் சற்றே நின்று, பின் நடந்தாள். பொன்னியம்மாள் ஓய்வறியாதவள். மார்கழி மாதம் பிறந்த இடைப் பெண்ணை யார் தூங்கப்பார்க்க முடியும்? என்பார் அவளின் தாய் மாமன் முத்துகிருஷ்ணன்.

கார்க்கோடகன்:

கிழக்கு நோக்கித்தான் அவன் கால்கள் நகர்ந்து கொண்டிருந்தன. ஆனாலும் போகும் (பாதை) ஏதென அறியாவோர் மாயப் பாதையில் பிரக்ஞையின் மயக்கத்தில் பாதை ஓடிக்கொண்டிருந்தது. பாதையின் ஓர் வளைவில் மரணமதன் கதவுகள் திறந்து மூடிக் கொண்டிருந்தது. மனம் மயக்கத்திலிருந்தும் மீள, இதயத்தின் துடிப்பு சிறுவர் கையில் அகப்பட்ட தட்டாம் பூச்சி இறக்கையடிப்பின் வேகத்தை ஒத்திருந்தது.

போனவாரம் நிலவு தோன்றா இரவு ஒன்றின் "சன் செய்திகள்" முடியும் தறுவாயில் பூசாரி உதிர்த்த சாவு' என்ற சொல் அவன் மண்டையுள் காது வழியே நுழைந்து தொடர்ந்து ஒலித்துக் கொண்டே இருக்கிறது. மனதை ஒருமுகப்படுத்தி அதனை மண்டையிலிருந்தும் பிய்த்தெடுக்க முயன்றான் கேசவன். ஒவ்வொரு பொருளிலும் அச்சொல் நுழையத்துவங்கியது. மனதை திசைதிருப்பி பல திசைகளிலும் அலையவைத்தான். அவன் பால்யத்தின் படிக்கட்டுகளில் மனமலைய அவன் தகப்பனார் உருக்கொண்டது அச்சொல். அவனுக்கு அவன் தகப்பனின் குரல். 'ஓ'வென அலறினான்.

அவன் மனம் விரையும் அனைத்து வழிகளிலும் அச்சொல் கால்சுவடு பதிந்திருந்தது.

நாற்புறத்திலும் மரணம் சூழப்பட்ட தீவாய் தன்னை உணர்ந்தான் கேசவன். சிங்கப்பெருமாள் கோயில் நோக்கி அவன் கால்கள் நகரத் துவங்கின.

ரயில்வே கேட் மூடியிருந்தது. தூரத்தே சரக்கு ரயிலின் சப்தம் காற்றில் தண்டவாளத்தின் கனிம வாடை ஆள் என தெரியப் போதுமான ஒளி. விலகிக் கொண்டிருந்தது பனி. மரணம் புகை வண்டியைக் கூட உபாயமாய் தேர்ந்தெடுத்திருக்கலாம் என்ற எண்ணம் கண்களை மூடவைத்தது. ரயில்வே கேட்டின் இரும்புக் குளிரை அழுந்தப் பற்றினான்.

பூசாரி உச்சரித்த பின் ஆரம்ப நாட்களில் நோஞ்சானாகவே கிடந்தது அந்தச் சொல். வீடு முழுவதும் உறவினர் நிரம்பியிருந்தார்கள். உறியடி முடிந்ததும் அனைவரும் ஊர் திரும்பி விட்டார்கள். கேசவனுக்கு ஏற்பட்ட பயத்தின் அளவும், காலம் தொடர்ந்து அளித்து வந்த போஷாக்கும் அதன் பலத்தை அதிகரித்தது. ஒரு புதன்கிழமை மதியத்தூக்கத்தில் அது பெரும் றெக்கைகளோடு கூடிய ஒரு வல்லூறின் உருவெடுத்தது. பின் அவன் கண்வழி கடக்கும் மரங்களனைத்திலும் அது அமரவும் தொடங்கியது. நேற்றைக்கு முந்தைய தினம் ஒரே மரத்தின் அனைத்து கிளைகளிலும் அது அமர்ந்திருக்க கண்டான். நல்லெண்ணெய் காய்ச்சிய வாடை பிரதேசத்தில் பரவ கண்டான்.

நேற்று மதியம் "R.M.V இறந்ததற்காய்" பள்ளிக்கூடத்திற்கு விடுமுறை அளிக்கப்பட்டிருந்தது. உச்சிப்பகலில் சாப்பிட்டுவிட்டு முருங்கை மரத்தினடியில் கை கழுவும் போது "கேசவா, போகலாம் வா" என கொஞ்சியது ஒரு குரல். குரலில் திசையைத் தேடி கண்ணுயர்த்த, மரத்தில் அமர்ந்திருந்தது வல்லூறு. மரம் பாரம் தாங்காமல் விழுந்துவிடும் போலிருந்தது. மீண்டுமொரு முறை வல்லூறு வாயசைத்தது. தெரு நாய்கள் முருங்கை மரத்தை பார்த்தபடி குரைத்துக் கொண்டிருந்தன. பதறியபடிக்கு தட்டை தவற விட்டவன் வேகமாய் வீட்டினுள் நுழைந்தான். காய்ந்த விராட்டிகளை அடுக்கிக் கொண்டிருந்த பொன்னியம்மாள் கத்தியபடிக்கு தானும் நுழைந்தாள். தரையில் கால்களை அகட்டிய நிலையில் சுவற்றில் சாய்ந்து இருந்தான் கேசவன். வியர்வை பொங்கிக் கொண்டிருந்தது. அவனுடைய சமீபகால செயல்பாடுகளில் ஏற்பட்டுக் கொண்டிருக்கும்

ஊனத்தை கவனித்து வருபவளான பொன்னியம்மாள் தன் புடவைத் தலைப்பால் அவன் வியர்வையைத் துடைத்தாள். கேசவன் அவளை இறுக்க அணைத்தான்.

ஏன் ? ஏனென்று ஈனஸ்வரத்தில் பிதற்றினாள் பொன்னியம்மாள். வல்லூறு அற்ற கணமது. அதன் நீளத்தின் தாத்பர்யத்தை உணர்ந்தவளான பொன்னியம்மாள் மீண்டும் அவனை அணைத்தாள்.

தட்சன்:

புகைவண்டி கடந்து விட்டிருந்தது. சூன்யத்தை நெருங்கும் போவென்ற ஓலம் வெளியில் வியாபித்திருந்தது. வேகமாய் நடந்தவன் பிரஹாரம் வந்தபிறகே நின்றான். பிரஹார நிழல்களில் அடர்த்தி கூடியிருந்தது. தூரத்தே காகங்களின் இரைச்சல். அருகாமை கிணற்றின் ராட்டின ஓசை. அதிகாலை கோயிலின் கதம்ப வாடை. பிரஹார பலகணி வழியே உலகினைப் பார்த்தான். வல்லூறு இல்லாததுபோல் மாயை. கர்ப்பக்கிருஹத்தின் முன் சாஷ்டாங்கமாய் விழுந்தான்.

“உனக்கு தெரியாதது இல்லை

எனக்கு எதுவும் தெரியாது

பாவ புண்ணியத்துக்கு பயப்படுபவன் தான் சிம்மராசா காப்பாத்து ஆயுசுக்கும் வருவேன் சிம்மராசா

கவலை வேண்டாம் உயர்வற உயர்நலம் காப்பாத்து என்னை

கத்தறது கேக்கலையா சிம்மராசா காப்பாத்து

நாதியில்லை காப்பாத்து உனக்கு முன்னாடி அவன் யாரு

காப்பாத்து என்னை ?

புறாக்களின் சிறகடிப்பை போல் கன்னத்தில் காப்பாற்று காப்பாற்று என அறைந்து கொண்டான்.

கனவில் விழுங்கிய ஒலிப்பெருக்கி இப்போது உபயோகமாய் இருந்தது. விதான வௌவால்களின் காலமற்ற மோனம் இவன் சப்தத்தில் கலைந்தது. கால்களை நன்றாக ஊன்றி ஆடியபடி கதறிக் கொண்டிருந்தான். பிரஹாரத்தின் பிரதட்சிண ஒழுங்கு சற்றே குலைந்தது.

மூன்றாவது தூணின் முகப்பு யாளி சிலையின் காது அவ்வமயம் அறுந்து விழ பதின்மூன்றாம் நூற்றாண்டின் காலம் தரையில்

பரவிக்கொண்டிருந்தது. யாரய்யா அது இப்படி கத்தறது. இது கோவிலா இல்லை கொட்டாயா? கத்தியபடிக்கு வந்தார் கோவில் பட்டர் ராமாஞ்சன். கருவறை உபய வேர்வை அவருள் பெருகிக் கொண்டிருந்தது. ஓல்ட் ஸ்டூடெண்ட் கணேசன் அசம்பாவிதத்தை தவிர்க்க வேண்டி மெதுவே கேசவனை அங்கிருந்து தள்ளிக்கொண்டு போனான். அவன் தோளின் உதவியுடன் பாதி மயக்கத்தில் சிங்கப்பெருமாள் கோவிலிலிருந்தும் வெளியேறினான் கேசவன்.

தொடரும்...

சென்ற அத்தியாயத்திற்கும், படித்து முடித்ததற்கும் மொழியில் வேறுபாடு அதிகம் தெரிந்தது. ‘நிலா’ என்பவர் ஒருவரல்ல என்ற அனுமானத்திற்கும் வந்து சேர்ந்தேன்.

வேலை வாய்ப்பிற்காக நகரம் ஒன்றில் 15 நாட்களுக்கும் மேலாக தங்க நேர்ந்தது. அந்த நகரத்தின் ஜனசந்தடியில் மணியைப் பற்றி ஒருமுறை தான் நினைத்தேன். அப்போது அந்த நகரம் தனக்கான உபரி மழையில் நனைந்து கொண்டிருந்தது. மணிக்கு ஏதேனும் கெடுதி நேர்ந்துவிடுமோ என்ற எண்ணம் என் மனதில் அப்போதே நுழைந்தது.

ஊர்திரும்பி இரண்டு நாட்களுக்கு பிறகே என் கால்கள் அம்புலியை நோக்கி நகர்ந்தன. சிறுவன் ஒருவனுக்கு முகில் முடி வெட்டிக்கொண்டிருந்தான் “என்றும் இனியவை”யின் கடைசி பாடல் ஒலித்துக்கொண்டிருந்தது அன்று அந்த தெருவிற்கு சூரியன் மஞ்சள் நிறத்தைத் தேர்ந்தெடுத்திருந்தான். சாலையில் சீருடை நடமாட்டம் குறைந்து கொண்டிருந்தது. தூரத்தில் நான்கு ஆண்டுகளுக்கு மத்தியில் மணி நடந்து வந்து கொண்டிருந்தான். கட்டிலிலிருந்தும் எழுந்த வெல்டிங் ‘குமார்’ கடைக்குள்ளே வேகமாய் நுழைந்தான் (அவனுக்கு ‘குமரிக்கோட்டம்’ எம்ஜி ராமச்சந்திரன் மூக்கு). முகிலை பார்த்து “பார்ட்டி வந்துகிட்டு இருக்காப்ல’ என்று சொல்லி கண்ணடித்தான். அவனைத் தொடர்ந்து கோலி ராஜும் உள்ளே நுழைந்தான். பின் கோலிராஜ் முகத்தை மட்டும் முன்னுக்கு நகர்த்தி “அல்ஜீரியா’ என மூன்றுமுறை தெருவைப் பார்த்து கத்தினான். மணி முறைத்தபடிக்கு அம்புலியை கடந்தார். முடி வெட்டிக்கொண்டிருந்த சிறுவன் நாற்காலியிலிருந்தும் குதித்து ‘அல்ஜீரியா’ என பலமுறை அழைத்துவிட்டு மீண்டும் நாற்காலிக்கு ஏறினான்.

முகில் கொடுத்தான் அடுத்த இதழை:

உத்திரக்கிரியை

அநந்தன்:

ஏனோ தெரியவில்லை, சரித்திர புவியியல் வகுப்புகள் மந்தமான மதியப் பொழுதில் துவங்குகின்றன. பூரிக்கிழங்கு வாசனை பின்னணியில் 10' ஞ' யில் புவியியல் வகுப்பு நடந்திக் கொண்டிருந்த S.B.T க்கு உடனடியாக ஐரோப்பா வரைபடம் தேவைப்பட்டது. கேசவன் அழைக்கப்பட்டான். S.B.T யின் பட்டப்பெயர் பட்டாணி. பெயர்க்காரணம் தெரியவில்லை. தமிழ்வாணனின் "இன்னொரு செருப்பு எங்கே" கல்கண்டில் ஓடிக்கொண்டிருந்த காலகட்டத்தில்தான் அந்தப் பெயரில் அவர் குறுக்குச் சந்துகளிலும், பூனைக்குரல்களிலும் அழைக்கப்பட்டார்.

கரும்பலகையில் தொங்கவிடப்பட்டிருக்கும் வரைபடத்தை பாராமல் அதற்கு முதுகு காட்டி வகுப்பினை பார்த்தபடிக்கு 'அளவில் சிறியதோர்' பிரம்பால் நாடுகளை தொட்டுக்காட்டியபடிக்கு அவற்றின் வரலாற்றினை விளக்குவது 'S.B.T'. ஸ்டைல். வரைபடத்தோடு வந்த கேசவன் தானே அதனைக் கரும்பலகையில் தொங்கவும் விட்டான். கடைசி பெஞ்சுகளில் சிரிப்பு அலை மோதியது. 'குளிகன்' நிகழ்வுக்குப் பிறகு சிரிப்பலைகள் சகஜமாகிவிட்டன. அவனும் முறைத்து விட்டு வெளியேறினான். பிரம்பு வரைபடத்தை தடவிய பின்னோர் இடத்தில் நின்றது. "Here is France" என்றார்S.B.T. வகுப்பில் மெலிதான சிரிப்பொலி. பிரம்பு அல்ஜீரியாவில் ஊன்றி இருந்தது. வகுப்பிற்கு முதுகை காட்டியவர் தவறினை அறிந்தார். தொடர்ந்த உடலுழைப்பின் மூலம் வல்லூறின் கண்களிலிருந்து தப்பித்துக் கொண்டிருந்த கேசவன் அழைத்து வரப்பட்டான்.

முப்பது வருட அனுபவத்திற்கு ஹானி விளைவித்த கேசவனை சொற்களால் விளாசினார்.

'ஐரோப்பாவைக் கேட்டா ஆப்பிரிக்காவாடா எடுத்துட்டு வர, வித்தியாசம் தெரியாத அளவுக்கு முத்திப் போச்சா'

தவறனைத்திற்கும் காரணம் தானல்ல என வகுப்பு உணர வேண்டாம் என்று கையால் வசைகளில் அழுத்தம் கூடியது. S.B.T. யின் கரங்கள் நடுங்கின. வகுப்பு அமைதியின் கடைசிப்படிகளில் நுழைந்தது. பொறுத்துப் பார்த்தான் கேசவன், பின் அவருடைய சாதியையும் பெண் உறுப்பு ஒன்றையும் இணைத்து அவரை நோக்கி ஓர் வசவை எய்தினான். அன்று மாலை ஐந்தரை மணியளவில்

"சின்னயா ஹாலில்" அவசர ஆசிரியர் கூட்டம் கூடியது ஒரு வாரம் பள்ளியிலிருந்து விலக்கி வைக்கப்பட்டான் கேசவன். ஏழு மணியளவில் வீடடைந்த கேசவன் பாதையில் வல்லூறு இல்லாமலிருக்கக் கண்டான் காபியை கொண்டு வர சிறிது தாமதம் செய்த பொன்னியம்மாளை பெரும் வாக்குவாதத்திற்கு பிறகு நான்கு சாத்து சாத்தினான். கிணற்றடியில் கன்றுக்குட்டியை மடியில் சாத்திக்கொண்டு வெகு நேரம் அழுது கொண்டிருந்தாள் பொன்னியம்மாள். அவள் உகுத்த கண்ணீரின் பெரும் பகுதியில் கேசவனைப் பற்றிய கவலையே இருந்தது.

காளிங்கன்:

கண்டம் நீரினால் இல்லையென கோவிந்த வாத்தியார் கூறியது மிக ஆறுதலாய் இருந்தது. குடும்ப முன்னோர் யாருக்கும் மரணம் நீரினால் நிகழ்ந்தது கிடையாது. அன்று கொள்ளிடப் பாதையை கேசவன் தேர்ந்தெடுத்தான். அரசாங்க வழியில் செல்லாமல் மனித கால்களும், மாடுகளும் உண்டாக்கிய புற்பாதையில் நடந்து கொண்டிருந்தான். அகலாத இருளுடை தோப்புகளில் கண்விழ அங்கேயே அமர்ந்தான். தூரத்தே வெட்டிவிடப்பட்டிருந்த மூங்கில் புதர் ஊடே கொள்ளிடம் தெரிந்தது. பறவைகள் கூடுகளுக்கு திரும்பிக்கொண்டிருந்தன. வாசனா திரவியம் ஏதுமற்று புகைக்கூட்டமொன்று விண்ணில் நுழைந்து கொண்டிருந்தது. கள் குடித்த சிலர் அவர்தம் இருப்பிடங்களுக்கு எதிர் - திசையில் பயணித்துக் கொண்டிருந்தனர். தூரத்தே கள்ளின் மணம் எழுந்து கொண்டிருந்தது. அவனை வாவெனவும் அழைத்தது. பள்ளத்தில் இறங்கலானான். பாதை விரிந்தது. பாதையின் முடிவிலோர் குடிசை முளைத்திருந்தது. இரண்டு சொம்புகளை மிகவும் துரிதமாகக் குடித்தான். வல்லூறு மெதுவே வெளியேறிக்கொண்டிருந்தது. கொட்டிலுக்கு திரும்பும் ஆடுகளை ரசித்தான். காதுமடல்களில் உஷ்ணமேறியது. குளிர்ந்து கிடந்தது வயிறு 'கேசவா' என யாரோ அழைத்தது போலிருந்தது.

மிக கவனத்துடன் பள்ளத்திலிருந்து ஏறி கொள்ளிடத்துள் இறங்கினான். பின்னதன் வெண் மணற் பரப்பில் அமர்ந்தான். வானம் மங்கிக் கொண்டிருந்தது. 'அதிகாரிகளின் புகைவண்டி' பாலத்தில் கடந்து கொண்டிருந்தது.

அதே சமயத்தில் கொள்ளிடத்தின் எதிர் கரையிலிருந்து அ. ஏ. வி. நீலமேகம் ஆற்றில் நுழைந்து கொண்டிருந்தார். மண்ணச்சநல்லூரில்

தான் அவருடைய நிலங்கள் இருந்தன. வாரமொருமுறை அவர் கொள்ளிடத்தைக் கடப்பார்.

மரணத்தின் பிடியில் இருந்து தாம் வெளியேறிவிட்டோம் என்ற உணர்வு கேசவனுக்குள் எழுந்தது. மணலில் உஷ்ணம் குறைந்துகொண்டிருந்தது. எழுந்தவன் வேட்டியில் ஒட்டியிருந்த ஈர மணலை உதறினான். வானில் கடந்த வெண்மேகங்களைக் கண்டான். அல்லியென மெல்ல விரிந்தன உதடுகள்.

“தைரியம் இருந்தா இப்ப வாடா, வாடா இப்ப, சொல்றேன் இல்ல, உன் மிரட்டலுக்கு பயந்தவன் இல்ல நான், ஆட்டம் போட்டிய அமுங்க அமுங்க ஏறி மிதிச்சியே இப்ப வாடா,” என மரணத்தைத் திட்டினான். மரணத்தின் சகோதரிகளை வைதான். ஊர்மேயும் மரணத்தின் தாயைத் திட்டினான்... தொடை தட்டி மரணத்தை அழைத்தான்.

நெருங்கிவிட்டிருந்தார் A.H.M. அவர் விதி என்றுதான் சொல்ல வேண்டும். நின்றவன் ஆர்வத்துடன் நாடகத்தைப் பார்த்துக் கொண்டிருந்தார். கையிலிருந்த ரஸ்தாளி தாரைக் கீழே இறக்கி வைத்தார். சற்றே கேசவனை நெருங்கி என்னடா ஆச்சு என்றார்.

துணுக்குற்ற கேசவன் அவரைப்பார்த்து “சும்மா இருடா மசிரு” என்றான்.

அதிர்ச்சிக்குள்ளான A.H.M. “ஏய் என்னடா, என்னடா பேத்தற”

மறுபடியும் தாறுமாறான வசைகள்

அவன் கையை இறுக்கிப் பிடித்து ஆட்டத்தை நிறுத்தினார். செத்த எலியின் வாடையை அவன் வாயிலிருந்து கிளம்பியதையும் பொருட்படுத்தாது அவனை சகஜ நிலைக்கு கொண்டு வர முயன்றார்.

“உன் வேலை மயிர பார்த்துட்டு போன்னா போவியா” என்றான் கேசவன்.

எதிர்பார்க்கவில்லை A.H.M. ஆனாலும் அவமானம் மேலும் விரிவதை விரும்பாமல் ரஸ்தாளி தாரை தூக்கியபடிக்கு நடக்கலானார்.

தொடரும்...

லோக்கல் சைக்கிள் ரேஸ்வீரன் மகாமுனி)க்கு ஏற்பட்ட கழுத்து சுளுக்குக்கு அசுர வைத்தியம் செய்து கொண்டிருந்தான் முகில். மகாமுனிக்கு மல்யுத்த பயில்வான் உடம்பு. முகிலை போல் மூன்று பேரை உருக்கினால் ஒரு மகாமுனியை செய்யலாம். அவன் தோளில் தன் கைகளால் வெளுத்துக் கொண்டிருந்தான் முகில். அந்த சமயத்தில் மணி சைக்கிளைத் தள்ளிக்கொண்டு அம்புலியை கடந்தான். அன்றைக்கு முகிலே தலைமை தாங்கினான். மணியென முகிலழைக்கவும் வட்டமடித்து அவனருகே வந்தான் மணி.

என்ன மாப்ள கிளம்பிட்டாப்ல இருக்கு?

எங்கன?

அதான்

அதான்னா?

மேற்குக்கு, சரக்குல மாத்திரை கலக்குறாங்கன்னு கேள்விப்பட்டேன் பார்த்துப்பா

என்னப்பா புதுக்கரிசனம்

தொடர்ந்து போறாப்ல போல, பய எழுதியிருக்கான் அதான் பார்த்து

எவன் எழுதியிருக்கான்.

அது ஒன்னும் இல்ல சும்மா உன் உடம்பு தான் முக்கியம் (முகில் தடுமாறினான்)

மணி சற்றே நெகிழ்ந்து அவனை நெருங்கினான், பின் மனதை விரட்டி, 'நான் பார்த்துக்கிறேன்பா' என்று கூறி சைக்கிளில் ஏறி விரைந்தான்.

"ஆள் நல்லாதானப்பா பேசுறான் நீ என்னமோ சொன்னியே"

பூனைக்குரல் அறையைக் கடந்தது. சலூன் அமைதியுள் நுழைந்தது. அவிழ்த்து விடப்பட்ட மாடுகள் தெருவை கடக்கும்வரை முகில் மௌனம் காத்தான். பின் பேசலானான். மேற்கே சூரியன் அமிழலானான்.

நான் சொன்னா நம்பமாட்டீங்க, முந்தாநாள் நம்மாளு மேற்கப் போயிருக்கான். அன்னிக்கி ரெய்டு, நடுவழியிலே ஓனர் செங்க - கோவிந்தன் இன்னிக்கு ஒண்ணும் ஆவாதுன்னு

திருப்பியடிச்சிட்டாப்ல, பயலுக்கு கையும் காலும் மரத்துக்கிடக்கு, மனசு அலைபாயுது. நேரா வீட்டுக்கு வந்து ஐந்தறை பெட்டியை நோண்டி காசு எடுத்திருக்காப்ல, நேர " ரெங்கா கோவிலுக்கு" போயிருக்காப்ல. கம்பெனிக்கு ஆள் கிடையாது. அதிகமாய் கடைக்குப் போய் குடிச்சவனும் கிடையாது. உள்ளே மாசி ரெங்கன் பார்த்துருக்கான். நம்மாளு குவார்ட்டரே வாங்கி அப்படியே ராவா ஊத்திருக்காப்ல. வானம் விடிஞ்ச மாதிரி இருக்குன்னு பக்கத்தில சலம்பியிருக்காப்ல. கேசட்டில் எம். ஜி. ஆர் பாட்டு ஓடிட்டிருக்கு. ரெங்கன் பயல்ட்ட, காசு கொஞ்சம் புளங்கிட்டு இருந்திட்டிருக்கு ரெண்டு பேரும் கணேசனின் பழைய ஆளுங்க. 'குரு தட்சணை' ஏன் ஓடலைன்னு பேச ஆரம்பிச்சிருக்காங்க. காரணம் காமராஜர்தான் றான் நம்மாளு. மணி பத்தரையை தாண்டியாச்சு. ரங்கன் பய வயிறு வண்ணாஞ்சாலு. ஒண்ணுமே ஏறாம ஏத்திக்கிட்டிருக்கான். மணிக்கு தூக்கிடுச்சு. கடுமையா ரெங்கனை வஞ்சிருக்கான். கொட்டாயில மாயா பஜார் பாட்டு ஓடிட்டு இருந்திருக்கு. சொங்கிக்கிடக்கான் ரெங்கன். அத்தனையும் பாவ்லா. ஏன் காமராஜர் போனதுக்கு பிறகு காங்கிரசுக்கு ஓடினேன்னு ஒரே வசை. பாவம் மாப்ள பொறுத்து பார்த்திருக்கான். மணி வா போவலாம்னு இறங்கி இருக்காப்ல. நம்மாளு விடலை. ரெங்கன் சட்டையிலதான் மொதோ வாந்தி, ஆளுங்க சூழ்ந்துகிட்டாங்க. ரங்கனோடு எவனோ தகராறு பண்ணுதான்னு பாத்தா சூளை ஆறுமுகம் மணிமேல கைய வைச்சுப்புட்டான். ரெங்கன் ரெண்டு வெச்சிருக்காப்ல. ரெங்கனுக்கும் ஆறுமுகத்துக்கும் பிரச்சனை. மறுபடியும் கலாட்டா. ஒருவழியா வீட்டுக்கு ரிக்ஷால அனுப்பி வைச்சிருக்கான் ரெங்கன். சட்டையெல்லாம் வாந்தி பாவம் அது 'ஒன்னு' அளுது. இவனுக்கு இதெல்லாம் தேவையா, வடக்கியாச பேர கெடுக்கனும்ன்னே பிறந்திருக்கானுவ, சரி நமக்கு எதுக்குப்பா வம்பு.

நிறுத்தினான் முகில்.

இருள் சூழ்ந்த தெருவில் இறங்கி வீடு வந்து சேர்ந்தேன்.

உத்திரகிரியை கதையில் என் மனம் மெதுவே சரிந்து கொண்டிருப்பதை உணர்ந்தேன். அரவம் கிருமியென வளர்ந்து கொண்டிருந்தது. அம்புலி 'உத்திரகிரியை' பற்றிய ஆர்வமற்று கிடந்தது. அது யுக்தி என்பதை அறிந்தாலும் முகில் என்னை வென்றுகொண்டிருப்பதை உணர்ந்தேன். மங்கிக்கொண்டிருந்த மாலை நேரத்தில் சிறுவன் ஒருவன் என் முகவரி அலைந்து, பின் என் வீட்டை

அடைந்து 'அமுதம்' இதழைக் கொடுத்துச் சென்றான். பரபரப்பு சிறிய அளவில் மனதை வியாபித்தது. படிக்கத் தொடங்கினேன்.

உத்திரகிரியை

நிலா

அல்லிமுத்து:

முந்தையநாள் இரவு கேசவன் செய்த அட்டகாசங்கள் கௌரவமான எந்த பெண்ணாலும் பொறுத்துக்கொள்ள முடியாத ஒன்று. ஏழுமணியளவில் மனமதின் கால்கள் "ரங்கா கோயிலை" நோக்கி விரைந்து கொண்டிருந்தது. செயல்படுத்த சட்டையின் பையை நோண்ட குறைந்த பட்ச தொகைக்கும் முப்பது ரூபாய் குறைவாக இருந்தது. தலையை சொறிந்தபடிக்கு யோசிக்க தலையிலிருந்து கைக்கு பிராந்தியின் வாடை தாவியது.

பின்கட்டில் குரங்குகளை விரட்டிக்கொண்டிருந்த பொன்னி யம்மாளை அழைத்து ஐம்பது ரூபாய் கேட்டான்.

"எதுக்கிப்ப, இருட்னத்துக்கு அப்பறம், நான்தான் கேக்குதேன்" அவள் குரலில் வல்லூறின் சாயலை உணர்ந்து கொண்ட கேசவன் சற்றே அதிர்ந்தான். பின் குரலில் வாஞ்சையை கலந்து

"எதுக்கானா என்ன கொடு"

"வேணாம் நேத்தி பண்ணது போதும், குழந்தை பயந்து கிடக்கான்."

"அவனுக்கு எப்படி போச்சு சேதி ?"

"அந்த அம்பட்டந்தான் ஊர் புல்லா நாறடிக்கிறானே அவனும் என்னா இல்லாத்தய சொல்றான்"

"அவன நான் பாத்துக்கறேன், நீயி பணத்தை இப்ப கொடு"

"அவன நீ பார்க்கவும் வேணாம். நா உனக்கு பணத்தை கொடுக்கவும் வேணாம்"

"சரி சரி பணத்தைக் கொடு"

"நான் வேணாங்கறேன்"

"கொட்றி, ரொம்பத்தான் ஆட்ற"

“நீ என்ன கேட்டாலும் பணம் கிடையாது. நான் வெளியே போவணும் வரேன்”

“நீ எங்கடி போற, பணம் கொடுத்துட்டு போவ”

“இடுப்புல கையை வெக்காத, புல்லுக்கட்டு காசு.”

“நாளைக்கு வாங்கிப்ப இப்பக் கொடு” மடியை அவிழ்த்தான். மூர்க்கத்தில் சிதறிய நோட்டுகளில் வெண்ணை பிசுபிசுப்பு. வேகமாய் வெளியே வந்தவன் மாடத்திலிருந்தும் பூட்டை எடுத்து வெளியே பூட்டிவிட்டு சாவியை பையில் போட்டுக்கொண்டு, நகர்ந்தான். அக்கம்பக்கத்தார் வீட்டு வாசலில் கூடுமளவுக்கு கத்தினாள் பொன்னியம்மாள். தெருமுனையிலிருந்து திரும்பிப் பார்த்தான். யாரோ அழைத்தபடிக்கு தன்னை நோக்கி ஓடிவருவது போல் இருந்தது வேகமாய் நடந்தான்.

இரவு வெகுநேரம் கடையில் தங்க காசில்லாது போனதால் உண்ட சரக்கு மனதை அசைபோட வீட்டை அடைந்தான். ‘பிரைவேட்’ போய்விட்டு வந்திருந்த குழந்தை வாசலிலேயே அமர்ந்திருந்தான். காவலுக்கு அமர்ந்திருந்த எதிர்வீட்டு அம்மாள் பெரும் கூச்சத்தை ஏற்படுத்திவிட்டு தன் வீடு நகர்ந்தாள். கொட்டிலில் பசுக்கள் கத்திக் கொண்டிருந்தன. கதவைத் திறந்தான்.

பொன்னியம்மாள் விசும்பியபடிக்கு அறையின் தென்மூலையில் படுத்துக்கிடந்தாள். நாடகீயமான செயல்பாடுகள் தொடர உண்டு முடித்தான் கேசவன். வீட்டிலுள்ள எல்லா மின்சார விளக்குகளையும் எரிய விட்டான். சாப்பிட்டுக் கொண்டிருந்த குழந்தையின் தலையை கோதிவிட்டான். தென்னைமரக் கீற்றுகளூடே தெரியும் நிலாவின் துணை கொண்டு குற்றவுணர்வையும் அடைந்தான். அடைந்தபின் நடையின் கம்பீரம் ஏற, பெய்யாத மழைக்காய் தலையை துண்டால் துவட்டிக்கொண்டான். மெல்ல கண்கள் சோரவும், பாயை விரித்து அதில் படுத்தவன் எழுந்தான் “இன்னிக்கு ராத்திரி எல்லா விளக்கும் எரியணும், அணைஞ்சா தெரியும் சேதி” எனக் கூறிவிட்டு மீண்டும் கண்ணயர்ந்தான். நாளதின் கடைசி புண்ணாக்கு- கரைப்பை” துவக்கினாள் பொன்னியம்மாள். கேசவனின் முதல் குறட்டையொலி எல்லா விளக்குகளும் அணைந்த பின்பே ஆரம்பித்தது.

சங்கன்:

பூசாரி சொன்ன வாக்கின் கடைசி - மாதமும் முடியத் தொடங்கி விட்டது. இச்சமயத்தில் கேசவனின் இரவுநேர அட்டகாசங்கள்

அதிகரித்துக்கொண்டிருந்தன. வல்லூறை விரட்ட சிறந்த உபாயமாய் “ரெங்கா கோயில்”ஐ கண்டான் கேசவன். வாடிக்கையாளரும் Retd. தமிழ் பண்டிட்டுமான நாகநாதனிடம் கேசவனின் ஜாதகத்தை போய்க்கொடுத்தாள் பொன்னியம்மால். ஜாதகத்தின் நிறை-குறைகளை ஆராய்ந்து பார்த்த நாகநாதம் “கால ஸர்ப்ப” தோஷத்தால் ஜாதகன் பீடிக்கப்பட்டிருப்பதை அறிந்தார். (பழம் பெரும் நடிகர் நாகையாவின் முகஜாடை உடையவர் நாகநாதம்). நிவர்த்திக்கு பெரிய திருவடியை காணுமாறு போன்னியம்மாளிடம் சிபாரிசு செய்தார்.

கால ஸர்ப்ப தோஷ நிவர்த்திக்கு ஐம்பது ஆண்டுகளாக பிரசித்தி பெற்றவர் பெரிய-திருவடி. திரும்புல்லாணியில் அவருக்கு சொந்தமாய் ஓர் வீடு உண்டு. காலஞ்சென்ற பகுகுடும்பி பட்சிராஜ அய்யங்காரின் தலைமைச் சீடர் அவர். அவர்தம் தகப்பனாருக்கு எட்டாவது மகனாய் ஸ்வாதி நட்சத்திரத்தில் பிறந்தார். தகப்பனார் ராகவ சிம்மம் உண்டி கிருஷ்ணன் சந்நிதியில் ஊழியம் பார்த்தவர். 12 படிகள் ஏறித்தான் சந்திக்கு செல்லவேண்டும். தன் குழந்தைகளை பேணிக்காக்க முடியாத ரா. சிம்மம் பட்சியிடம் குழந்தையை அனுப்பி வைத்தார்.

ஆரம்ப காலங்களில் ஹோம பாத்திரங்களை வைத்துக்கொண்டு நிற்கும் ஊழியம். சாப்பாடு போட்டு 3 அணா கொடுப்பார் பட்சி. அரையணாவிற்கு தரை டிக்கெட் விற்ற காலம் அது. ‘ரெங்கராஜா’வில் சிந்தாமணி ஒரு மாதத்திற்கும் மேலாக ஓடியது. அவ்வப்போது வெளியூர் பிரயாணம்.

கதர்ஸன, லக்ஷ்மி நாராயண, கருட, நாராயண, ஆஞ்சநேய பாராயணங்களில் நன்கு தேறினான். பெரிய திருவடி. ஹோமத்தில் அமரும் யோக்கியதை அடைந்த நேரத்தில் ராகவ சிம்மம் இறந்து போனார். 100 ரூபாய்க்கு மேல் வருமானம் கிடைத்துக்கொண்டிருக்கிற காலமொன்றில் பட்சி தன் எண்பதாவது வயதில் (ஆயிரமாவது அமாவாசையை பார்த்த பின்னால்) ஆசாரியன் திருவடியை அடையவும், பிரஹ்ஸ்பதியானார் பெரிய திருவடி. அப்போதே திருமணமும் செய்து கொண்டார் (அவருடைய துணைவியார் ரிங் பாச்சிவின் அத்தையாவாள்... TT கண்ணன்). கல்யாணம் முடிந்த இரண்டாவது வருடத்தில் அவரது வலது கால் முட்டிக்குக்கீழே சற்றே வளைந்தது. கு. சி. பாடசாலையில் பிரபந்தம் பயிலும் பிள்ளைகள் “வில்லுவடி” என்றே அவரை கேலியழைப்பர்.

கேசவ பொன்னியம்மாள் தம்பதியர் பெரிய திருவடியின் வடக்குத் திருமாளிகையில் சந்தித்தனர். திசைக்கு ஓர் மாவிலை என

கட்டினார் எல்லாம் பெரிய பெருமாள் கடாட்சம். தோஷம் கழிக்க திருப்புல்லாணி சென்று வர வேண்டும்" என்று கூறி ஒருநாளைத் தேர்ந்தெடுத்தார். தம்பதியர் எந்த பேரமும் இன்றி அவர் கூறிய தொகைக்கு ஒத்துக்கொண்டனர். தேர்ந்தெடுக்கப்பட்ட தினத்தின் முந்தைய நாள் தம்பதியர் பேருந்திலும் பெரிய திருவடி காரிலும் பிரயாணத்தை மேற்கொண்டனர்.

தட்சன்:

வேறுவிதமான பனிக்காற்று
வேகமற்ற அலைகள்
கரையோர தென்னிகளிலிருந்து பரவுகின்றன பறவைகள்
மௌனித்து கிடக்கும் பொன்னியம்மாள்
வெளிச்சம் காணவும் மிதக்கும் தோணிகள் வருகின்றனவா?
போகின்றனவா. கரை அடைந்த படகுகளிலிருந்து இறங்குகின்றன
உயிருக்கு துடித்து நீருக்குள் நுழைய எத்தனிக்கும் மச்சங்கள்.
கரையில் பரவும் வராக வாடை.
எண்ணெய் பூசிய உடல்கொண்ட பரதவர்
கைகளில் பெரிய ராட்டுக்கள்,
அவர்களுக்கு காத்திருக்கும் ராஜவீதிகள்
கரையோரங்களில் அந்தணர் தமது வாடிக்கையாளர்
எதிர் அமர ஜபித்துக் கொண்டனர்.

பெ. திருவடிக்கு கேசவனைப் போல் ஏராளமானோர் வசதிக்கேற்ப வாகனங்களோடு வந்திருந்தனர்.

நெஞ்சிலே வாசம் உள்ள பூ ஒன்று மலர்வதை உணர்ந்தான் வியர்வை பூத்து வெளியேறிக்கொண்டிருந்தது. உடலெங்கும் அரும்பும் குறுகுறுப்பு. தனது சிக்கல் மெலிந்து கொண்டிருப்பதை உணர்ந்தான். சூரிய-கடல் சேர்க்கையில் வெளியேறும் அமில இயற்கை. கடல் விரிந்து கொண்டிருந்தது. அருகாமைத் தீவுகள் தோன்ற மறைத்தன அலைகள்.

தன்னுடைய 13வது வயதில் தகப்பன் கைப்பிடித்துக்கொண்டு நடந்து சென்ற புராதனத் தெரு ஞாபகத்துள் முளைத்தது அந்தத் தெருவினை அவன் பெரிதும் விரும்பினான். 'தங்கப்பதுமை, உயர்ந்த மனிதன்' போஸ்டர்கள் ஒட்டப்பட்டு கிடந்த மண் சுவர்கள் மேலும் அருகாமை கிராம 'டூரிங் டாக்கீஸில்' ஓடும் 'ரங்கோன் ராதா' இன்று

முதல் என உணர்த்தும் சுவரொட்டிகள். யாருமே இல்லாத பெரிய தெரு அது. அதன் மாந்தர்கள் தத்தம் பெரிய மாளிகைகளை பாழில் ஆழ்த்திவிட்டு தொலைதூர நகரங்களுக்கு சென்று விட்டார்கள். அந்தத் தெரு அவனுக்கு மிகவும் பிடித்திருந்தது. கடல் அந்த தெருவின் சாயல்களை ஏதோவொரு இடத்தில் கொண்டிருந்தது. அத்தெருவின் பிரஜையாகி விடவேண்டும் என கேசவன் ஏங்கியதும் உண்டு. குறைந்த இடைவெளிகளில் அந்த தெரு அவன் கனவில் நுழையாமலிருந்ததில்லை. நீர்நிலை உருக்கொண்டு அது வருவதை அவன் அறிந்திருக்கிறான். சென்றமுறை வாய்க்காலின் போர்வையில் அவன் கனவில் அது தோன்றியது கை குலுக்க எத்தனிக்கும்போது கனவு கலைந்தது.

மனம் பஞ்சுமிட்டாய் கனத்தில் அலைந்து கொண்டிருந்தது.

பெ. திருவடியின் குரல் கிழித்தது அழிவை.

கரையில் சம்மணமிட்டு அமரச் சொன்னார்.

அமர்ந்தான்.

13 முறை மூழ்கச் சொன்னார் மூழ்கினான்

தரையில் விற்படம் வரையச் சொன்னார் வரைந்தான்.

வடமொழியில் கூறியதை கூறச்சொன்னார் கூறினான்.

அபத்தத்தின் முதல் படியில் நுழையும் முன்னம் சம்பரதாயங்கள் முடிந்தன. அருகாமை புற்றில் பால் ஊற்றச் சொன்னதும் ஊற்றினான். வரவில்லை பாம்பு.

வந்தாலும் கழியும் வராவிட்டாலும் கழியுமென கூறினார். பெரிய திருவடி அவர் கால் நகங்கள் சற்றே வளர்ந்திருப்பது போல் ஓர் மாயை. மூடப்பட்ட அக்னி குண்டத்தின் முன் நனைந்த உடைகளோடு வீற்றிருந்த தம்பதிகளை வடமொழியால் விளாசினார் பெரிய திருவடி. உச்சரிப்பு பிழைகளையும் பொருட்படுத்தாது போனார்.

தொடரும்...

கொள்ளிடக்கரையில் தோன்றிய முதலையின் கதை 'அம்புலி'யில் ஓடிக்கொண்டிருந்தது மனிதனைப் போல் நின்று முதலை ஓடியதை பார்த்த மாரிமுத்துவின் மனைவிக்கு வேப்பிலை அடிக்கப்பட்டதாம். நான்தான் முதலில் ஆரம்பித்தேன். அனைவருமே அன்று இருந்தார்கள்.

'என்ன முகில் ரொம்ப ஃபாஸ்ட்டா போறாப்ல போல?

‘ஆரம்பத்ல நடந்ததத்தான் எழுதினாப்ல, ஆனா கூர்ந்து கவனிச்சா அவர் எழுதுறதுதான் நடக்குது. திருவடி ஐயர் வீட்லதான நம்ம ரிங் பாச்சா கிடக்கான். மணி வந்த மாதிரியா சொல்லல’.

“ஆமாம்பா, நாகநாதன் விஷயமெல்லாம் உண்மைதான். ஒவ்வொரு கேசுக்கும் அத்திம்பேர் (பெரிய திருவடி) கமிஷன் கொடுப்பார். நான்தான் வீட்ல போய்க்கொடுப்பேன். எனக்குத் தெரியாம அங்க எதுவும் நடக்காது. மணி இன்னும் வரலை”

“குழந்தைக்கு குணசீலத்ல மொட்டை போட்டதா எழுதியிருக்காப்ல, ஆனா அந்தபய இன்னும் முடியோடதான் அலைஞ்சிட்டுருக்கான், பாப்போம்”

“செல்லாயி அம்மன் திருவிழாவுக்கு இன்னும் ரெண்டு மாசம் கிடக்கு பதினைஞ்சு நாள்தான் இருக்குன்னு கதையில எழுதியிருக்காப்ல”

“முகிலு, இன்னும் ஒரு இஷ்ஷுதான் வருமாம். இழுத்து மூட்றாங்களாம். அதுல ஒரு பயலுக்கு ‘நார்த்’ல வேல கிடைச்சிருக்காம். இன்னொருத்தன் அமேரிக்கா போறாப்லயாம்”

“படிக்கிற பயலுக போல, ஆனா போறதுக்கு முன்னாடி ஏன் நம்ம மணியோட பிராணனை வாங்கறாங்களோ தெரிஞ்சதுன்னா நம்மாளு பொங்கிருவான்”

பருவங்கள் தமது மற்றுமோர் சுழற்சியை முடித்துக்கொண்டிருந்தன. புதுமலர்கள், புது வியாபாரிகள் இடம் பெயர்ந்தனர் பலூன் வியாபாரிகள். காட்சிக்கு புலனாக துவங்கிவிட்டன பங்குனி மாத நட்சத்திரங்கள். கோடைக்காலம் துவங்கவிருப்பதை கொள்ளிடம் ஓர் மதியத்தில் அறிவித்தது. ‘அமுத’த்தின் கடைசி இதழ் வீட்டிற்கே வந்து சேர்ந்தது.

உத்திரகிரியை

நிலா

சேடன்:

கிராமங்களில் “செல்லாயி அம்மன்” திருவிழாக்கள் துவங்கி விட்டன. ‘சங்கொலி’ கேட்கிறது. தூக்க கலக்கத்தில் ‘ஆறு’ மணி சங்கை ஐந்து மணிக்கே ஊத வைத்துவிட்டான் ‘ராமசாமி’ எடமலைபட்டி புதூர் முதல் பேருந்துக்கு தயாராகி இருந்தது கேசவன் குடும்பம்.

பொன்னியம்மாளின் அண்ணன் கோவிந்தராஜு குடும்பன் அங்குதானிருக்கிறார்.

திருப்புல்லாணி யாத்திரை மனதின் ரணமடைந்த பகுதிகளுக்கு ஒத்தடம் கொடுத்ததென்னவோ உண்மைதான். ஆனாலும் அதிகம் பயனடைந்தவள் பொன்னியம்மாளே. அவன் நடவடிக்கைகளில் அசாதாரண துல்லியமும் நிதானமும் காணக்கிடைத்தது. ஆனாலும் நெருங்கி கொண்டிருந்த 'செல்லாயி அம்மன்' கோயில் திருவிழா மனதின் சுவர்களில் விரிசல்களை ஏற்படுத்திக் கொண்டிருந்தது. அந்த நாட்களில் குழந்தை கேசவனிடம் அகப்பட்டு கொண்டு படாதபாடு பட்டுக்கொண்டிருந்தான். அதிகமாய் குளிக்கலானான் கேசவன். தீய்ந்த சிறகுகளுடன் வல்லூறு கனவில் நுழைய ஆரம்பித்தது. ஊரில் செல்லாயி அம்மன் திருவிழா நிறைவு பெற்ற நாளில் மட்டும் கேசவன் இருபது தடவைக்கு மேல் குளித்தான். பக்கத்து வீட்டு கிணற்றிலிருந்து தண்ணீரை இரவல் வாங்கி வந்து தன் வீட்டுக் கிணற்றில் ரொப்பினாள் பொன்னியம்மாள்.

எடமலைப்பட்டி புதூர் 'செல்லாயி அம்மன்' திருவிழா வரிசையில் கடைசியானது. குடும்பத்தோடு புறப்பட்டான் கேசவன். மச்சான் வீட்டில் பலமான உபசரிப்பு. கேசவன் சகஜமானான். இந்த வருடம் இழந்துவிட்ட வருமானத்தை எப்படியும், வரும் வருடத்தில் மீட்டுவிட வேண்டும்' என்று எண்ணி தீர்மானித்து கொண்டான். திருவிழா முடிந்தவுடன் கிளம்பத் தயாரானான். கடைசி உணவாய் அமைந்த 'ஆடு' விருந்து எமனாய் முடியுமென யாரும் எதிர்ப்பார்க்கவில்லை. வாயிலும், பின்னாலும் பீய்ச்சி அடித்தது. சோர்ந்தான். 'ஃபுட் பாய்ஸன்' என்று மருந்து எழுதிக் கொடுத்தார் டாக்டர்.

ஊர் வந்து சேர்ந்த பின்னாலும் போக்குவரத்து நிற்கவில்லை. சாப்பிட்ட ஐந்தாவது நிமிடம் பின்கட்டில் இருந்தான் கேசவன். பொருட்கள் பாலாய் தெரியத்துவங்க 'பாலக்கரை' சபியுல்லா டாக்டரிடம் காட்டினாள். அங்கேயே அட்மிட் ஆனான். அவன் உடம்பிலிருந்து ஊமத்தம் பூ வாடை அடித்தது. கனவுகள் துன்புறுத்தின.

'எவ்வளவு விசுவாசமாயிருந்தார் சிவாஜி. இக்கட்டான சமயத்தில் தான் சிவாஜியை கைவிட்டது தவறு' என மனம் அடித்துக்கொண்டது. எவ்வளவு கம்பீரமாய் ஊரில் தன்னை வைத்திருந்தார். நகர செயலாளர் பொன்னுரங்கத்தின் இறுதி ஊர்வலத்தில் அவ்வளவு கும்பலுக்கு மத்தியிலும் தன்னைப் பார்த்து சிரித்தாரே... நினைவு மங்க ஆரம்பித்தது.

அட்மிட் ஆன மூன்றாம் நாள் பிற்பகலில் தூரத்து சப்தங்கள் அவனிடமிருந்து விலகிக் கொண்டிருந்தன. பின் மறையத் துவங்கின காட்சிகள். கடைசிவரை விசுவாசமாயிருந்தது அவனுடைய நாசியே. பின் அதுவும் ஓய்ந்தது.

“இன்றைக்கு இருந்தா வயசு நாப்பத்தஞ்சை தாண்டியிருக்காது” என வெளியில் பேசிக்கொண்டார்கள்.

முற்றும்.

கேசவனைக் கொன்றுவிடமாட்டார்கள் என்றுதான் நினைத்திருந்தேன். ஆனால் கேசவன் மரணத்தை ஏனோ என் மனம் விரும்பியிருந்ததை என் கனவுகள் மூலம் அறிந்துகொண்டேன். கேசவன் கடைசி அத்தியாயத்திலாவது ‘சிவாஜி ரசிகன்’ என்பது ஏற்கப்பட்டிருந்தது ஒரு நிம்மதியை மனதிற்கு அளித்தது. (கடைசி அத்தியாயம் எனது மொழியை ஆக்கிரமிக்கத் தொடங்கியிருப்பதை கண்டேன். பின் விண்டேன்.)

முகில் இல்லாமல் விதவையாய் கிடந்தது அம்புலி. வெளியூர்க் காரர்கள் திருவிழாவிற்கு மொட்டை போட்டிருந்தார்கள். சம்முவம் மட்டுமே இருந்தான்.

‘வாயேன், கொள்ளிடம் வரைக்கும் போவோம் என்றான் கிளம்பினோம்.

“மாப்ளே, எங்கன போயிட்ட நீயி. முந்தா நாள் சலூன்ல மணிக்கும் நம்மாளுக்கு பெரிய தவறாறு. மூஞ்சியிலேயே ரெண்டு போடு போட்டாப்ல. எடமலைப்பட்டி புதூர்லேந்து ஆளுக வெளிய நிக்கறாங்க. எல்லாமே நம்மாளோடே கொழுப்புதான். ஏற்கனவே இரண்டு மூணு புக்கை நம்மாளு மணிக்கிட்ட படிக்கச்சொல்லி கொடுத்திருக்காப்ல, பொன்னியம்மாள்தான் படிச்சிருக்கு, இவன்ட்ட வத்திவைச்சிருக்கு. கடைசி புக்ல செத்து போறாப்லயாமே. மணி எப்படியோ படிச்சுப்டாப்ல. நேரே சலூன்க்கே வந்துட்டாப்ல. ரிங்கு பய இருந்தவன் அப்பத்தான் கிளம்பி போயிருக்காப்ல.

எழுதினவன் எவன்டான்னு ஒரு அப்பு

சொல்றியா இல்லையான்னு இன்னொரு அப்பு

வெளிய இருக்கறவங்க உள்ள நுழையற்கு முன்னாடி முகில் உண்மையைக் கக்கிடாப்ல.

யாருய்யா எழுதினது? ஆர்வம் பொங்கலாயிற்று

“நம்ம S.M.P.பையன் தான்”

‘சைக்கிள் ஓட்டுவாப்லேயே’

மணி நேற்று காலைல பேப்பர் போட தெருவழியா போயிருக்காப்ல, S.M.P. பையனே பேப்பர் வாங்க படியிறங்கிருக்கிறான். விழுந்தது சாத்து. பின்னி எடுத்துட்டாப்ல. பையன் அலறி இருக்கிறான். S.M.P. வெளிய வந்து மணியின் கையை பிடிச்சிருக்காப்ல, அவருக்கும் விழுந்தது மாத்து.

‘நான் செத்ததா எழுதியிருக்கான்யா உம்பய, அவனை கொல்லாம விட மாட்டேன்’

விசயம் முத்தினத பார்த்துருக்காரு, ஐயரு இல்லை டபால்னு சரண்டர் “எலேய் மணி செத்ததா எழுதினா தீர்க்காயுசு”றான்னு சொல்லி கெஞ்சி அனுபிச்சிருக்காப்ல. மணி கிளம்பி போயிட்டாப் லயாம். தெருவே கூடிடிடுச்சாம்.

தன் அந்தரங்கத்தை உற்றுப் பார்த்து காகிதத்துள் கக்கிய கண்களுக்காய் மணி காத்திருந்தது என்னுள் பீதியை ஏற்படுத்தி யிருந்தது காட்டிக்க மாட்டேன் என்றேன்.

பிறகு முகிலைப் பார்க்க எனக்கு கொடுத்து வைக்கவில்லை. வேலை நிமித்தம் மெட்ராசை நோக்கி நகர வேண்டியிருந்தது. இரவுநேரப் பொழுதுபோக்கு வெளிகளில் மணி - கேசவன் கதையை கணிசமான இடைவெளிகளில் நண்பர்களுக்கு கூறிக்கொண்டிருந்தேன். என்னதான் இருந்தாலும் ஓர் எழுத்தாளன் அடி வாங்கியிருக்கலாகாது என்று அபிப்பிராயம் தெரிவித்தார்கள் நண்பர்கள். விஷயம் அதுவல்ல என நான் வாதிட்டேன். வேலைக்கான வாய்ப்பு அருகி வந்தது. ஓர் மழைநாளில் ‘வேலை கிடைத்ததற்கான’ தபாலும் கிடைக்கப்பெற்றேன்.

வேலை கிடைத்துவிட்டதால் ஊரிலிருந்து அத்தியாவசிய மானவைகளை எடுத்துவர உத்தேசித்து பயணமானேன். தாமதமாய் வந்து சேர்ந்தது பேருந்து. இறங்கி வீடு நோக்கி நகர, சுவர் கண்டு என் கண் நீண்டது. போஸ்டரில் சிரித்துக்கொண்டிருந்தார் மணி. மனம் பதைப்பதைத்தது. சாமான்களை இறக்கி வைத்துவிட்டு போஸ்டரைப் படிக்கலானேன். 27ம் தேதி இறந்துவிட்டதாய் கூறியது போஸ்டர். வீட்டில் ‘லக்கேஜ்’ஜை இறக்கிவைத்துவிட்டு அம்புலி நோக்கி விரைந்தேன். முகில் மட்டுமே அமர்ந்திருந்தான்.

‘என்னாச்சுப்பா மணிக்கு, உண்மைதானா’ என்றேன்.

முகில் கூற ஆரம்பித்தான்.

●